Okwagala:
Okutuukiriza Amateeka

Okwagala:
Okutuukiriza Amateeka

Dr. Jaerock Lee

Okwagala: Okutuukiriza Amateeka kya Dr. Jaerock Lee
Kyafulumizibwa aba Urim Books (Abakulirwa: Johnny H. kim)
73, Yeouidaebang-ro 22-gil, Dongjak Gu, Seoul, Korea
www.urimbooks.com

Obuyinza bwonna tubwesigaliza. Ekitabo kino oba ebitundu byakyo tebirina kufulumizibwa nate mu ngeri yonna, oba okuterekebwa mu ngeri yonna, oba okufulumizibwa mu kika kyonna ng'okwokyesaamu, okunaazaamu kkoppi, awatali lukusa okuva eri abaakafulumya..

Okujjako nga kiragiddwa, Ebyawandiikibwa byonna bisimbuddwa mu Ekitabo Ekitukuvu ekiyitibwa BAIBULI Ekyafulumizibwa aba KAMPALA THE BIBLE SICIETY OF UGANDA

Obwannanyini © 2016 bwa Dr. Jaerock Lee
ISBN: 979-11-263-0786-9 03230
Obwannannyini bw'okukavunula mu lungereza © 2013 ye Dr. Esther K. Chung. Ng'akkiriziddwa.

Kyasooka kufuluma mu mwezi gw'okuna omwaka gwa 2021

Kyasooka okufulumizibwa mu lulimi olu Korea aba Urim Books mu 2009

Kyasunsulibwa Dr. Geumsun Vin
Kyalungiyizibwa ekitongole ekisunsuzi ekya Urim Books
Kyateekebwa mu kyapa ekitongole kya Yewon Priting Company
Ayagala ebisingawo kwatagana ne: urimbook@hotmail.com

*"Okwagala tekukola bubi muntu munne;
okwagala kyekuva kutuukiriza amateeka.'*

Abaruumi 13:10

Eby'omuwandiisi

Nsabirira abasomi okutuuka mu Yerusaalemi Empya okuyita mu kwagala okw'omwoyo.

Kampuni ennanzi e Bungereza yawa abantu ekigezo okukitta ng'ebuuza engeri esingayo obwangu okuva mu kibuga Edinburgh, okuyita mu Scotland okutuuka mu kibuga London, eky'omu Bungereza. Yali egenda kuwa omuntu anaakitta ekirabo ekinene. Okuddamu okwalondebwa nti kwe kusinze ye muntu eyagamba nti 'okutambula n'omwagalwa we.' Tukitegeera nti bwe tutambula nga abaagalwa baffe batuwerekeddeko, n'olugendo oluwanvu luwulikika ng'olumpi. Mu ngeri y'emu, Bwe tuba twagala Katonda, tekitubeerera kizibu ffe okussa mu nkola ekigambo Kye (1 Yokaana 5:3). Katonda tatuwadde mateeka Ge era tatugambye ku geekuuma olw'okwagala okutukalubiriza.

Ekigambo 'Amateeka' mu lungereza kiva mu lulimi Oluebbulaniya nga kiyitibwa 'Torah', ekirina amakulu 'amateeka', ne 'eky'okuyiga.' Torah kitera okutegeeza ebitabo ebisooka eby'endagaano Enkadde omuli Amateeka Ekkumi. Naye, "Amateeka" era kitegeeza ebitabo 66 ebya Bayibuli byonna wamu, oba amateeka ga Katonda agatugamba okukolanga, obutakolanga, okukuumanga, oba okusuula eri ebintu ebimu.

Abantu bayinza okulowooza nti Amateeka n'okwagala tebikwatagana, naye tebisobola kwawukanyizibwa. Okwagala kwa Katonda, era awatali kwagala Katonda tetusobola kukuuma Mateeka mu bujjuvu. Amateeka gasobola okutuukirizibwa singa tugatambuliramu mu kwagala.

Waliyo olugero olutulaga amaanyi g'okwagala. Waliwo omuvubuka omuto akanyonyi mwe yali atambulira okuyita mu ddungu bwe kaagwa. Kitaawe yali musajja mugagga nnyo, era n'ateekako abamunoonya n'okununula omwana we, naye tekyasoboka. Kale n'ata obuntu mu bbanga obuli eyo mu kakadde ne busaasaanira mu ddungu. Kye yawandiika ku buntu obwo obwasindikibwa mu bbanga kwaliko nti 'Mwana wange, Nkwagala.' Omwana eyali abulidde mu ddungu, bwe yalondako akamu n'afuna obuvumu obwamusobozesa okuzuulibwa. Okwagala kwa kitaawe okutuufu kw'ataasa mutabani we. Nga kitaawe bwe yasindika obuntu mu bbanga mu ddungu lyonna, naffe tulina obuvunaanyizibwa okusaasaanya okwagala kwa Katonda eri emyoyo egitabalika.

Katonda yakakasa okwagala Kwe bwe yasindika omwana We Omu yekka Yesu ku nsi kuno okulokola abantu abaali abonoonyi. Naye abamateeka mu biseera bya Yesu bo essira baaliteeka ku mateeka era ne batategeera kwagala kwa Katonda okutuufu. Era ekyavaamu, baasalira omusango omwana wa Katonda omu yekka, Yesu, nti muvvoozi eyali ayagala okugyawo amateeka era ne bamukomerera. Tebaategera kwagala kwa Katonda okuli mu Mateeka.

Mu 1 Bakkolinso essuula 13 walaga bulungi nnyo eky'okulabirako ky'okwagala okw'omwoyo. Watubuulira ku kwagala kwa Katonda oyo eyasindika omwana We omu Yekka okutulokola ffe abaali balina okufa olw'ebibi, n'okwagala kwa Mukama oyo eyatwagala okutuuka ku ssa ery'okwerekereza ekitiibwa Kye eky'omu ggulu n'afa ku musaalaba. Naffe bwe tuba nga twagala okutwala okwagala kwa Katonda eri emyoyo egiwera mu nsi egigenda okufa, tulina okutegeera okwagala kw'omwoyo kuno era tukutambuliremu.

"Etteeka eriggya mbawa nti, Mwagalanenga, nga bwe nnabaagalanga mmwe, era nammwe mwagalanenga. Bonna kwe banaategeereranga nga muli bayigirizwa bange, bwe munaabanga n'okwagalana mwekka na mwekka" (Yokaana 13:34-35).

Ekitabo kino kati kifulumiziddwa abasomi basobole okwekebera wa webatuuse mu kuteekateeka okwagala kwabwe okw'omwoyo na wa webatuuse mu kukyusa obulamu bwabwe n'amazima. Nneebaza Geumsun Vin, akulira ekitongole ekisunsuzi n'abakozi bonna, era nsubira nti abasomi bonna bajja kutuukiriza Amateeka n'okwagala era kunkomerero batuuke mu Yerusaalemi Empya, ekifo ekisingayo mu bifo byonna eby'okubeeramu mu ggulu.

Jaerock Lee

Ennyanjula

Nsuubira nti okuyita mu mazima ga Katonda abasomi bajja kukyusibwa nga bateekateeka okwagala okutuukiridde.

Waliwo omukutu gwa Ttivvi ogwateekawo okunoonyereza nga gukozesa ekibuuzo eri abakyala abafumbo. Ekibuuzo kyali nti oba nga basobola okuddamu okufumbirwa omusajja y'omu oyo singa baali bakuddamu okulonda omusajja ow'okufumbirwa. Ebyavaamu byali bitiisa. Abakyala 4% be baali bagala okuddamu okubeera n'omwami y'omu. Bateekwa okuba baafumbirwa abaami baabwe kubanga baali babagala, naye lwaki baakyusa emitima gyabwe nga bwe baakola? Kyali bwe kityo lwakuba tebayagala na kwagala okw'omwoyo. Ekitabo kino Okwagala: Okutuukiriza Amateeka kijja kubeera kitusomesa ku kwagala kuno okw'omwoyo.

Mu Kitundu ekisooka "Omugaso Gw'okwagala", kitunula mu bika by'okwagala ebisangibwa wakati w'omwami n'omukyala, abazadde n'abaana, ne wakati w'emikwano n'abo'omuliraano, bwe kityo nga kitubuulira ku njawulo eriwo wakati w'okwagala okw'omubiri n'okwagala okw'omwoyo. Okwagala okw'omwoyo kwe kwagala omuntu omulala n'omutima ogutakyukakyuka nga tolina ky'omusuubiramu. So ng'ate kwo, okwagala okw'omubiri kukyukakyuka mu mbeera ez'enjawulo, era olw'ensonga eno okwagala okw'omwoyo kwa muwendo era kulungi nnyo.

Ekitundu eky'okubiri "Okwagala nga bwe kuli mu Ssuula Ey'okwagala", kwawula mu 1 Abakkolinso 13 ebitundu bisatu. Ekitundu ekisooka, 'Ekika ky'Okwagala Katonda Kyayagala' (1 Bakkolinso13:1-3), era nga ye nyanjula mu ssuula eno era nga essa essira ku mugaso gw'okwagala okw'omwoyo. Ekitundu eky'okubiri, 'Embala z'Okwagala' (1 Bakkolinso 13:4-7), nga kino kye kitundu ekikulu mu Ssuula ey'Okwagala, era kitubuulira embala 15 ez'okwagala okw'omwoyo. Ekitundu eky'okusatu, 'Okwagala Okutuukiridde', kwe kumaliriza okw'essuula ey'Okwagala, nga kituganya okumanya nti okukkiriza n'essuubi tubyetaaga nga bwe tukumba okudde eri obwakabaka obw'omu ggulu mu bulamu bwaffe wano ku nsi, so nga kwo okwagala kusigalawo olubeerera ne mu bwakabaka obw'omu ggulu.

Ekitundu 3, 'Okwagala kwe Kutuukiriza Amateeka', kin yonnyola kye kitegeeza okutuukiriza Amateeka n'okwagala. Era kitutuusaako okwagala kwa Katonda oyo ateekateeka ffe abantu ku nsi kuno n'okwagala kwa Kristo oyo eyatuggulirawo ekkubo ery'obulokozi.

'Essuula Ey'okwagala' ssuula emu bumu ku ssuula 1,189 ezisangibwa mu Bayibuli. Naye lye liringa ekkubo ery'obugagga eritulaga wa ew'okusanga eby'obugagga ebiwerera ddala, kubanga lituyigiriza ekkubo eridda eri Yerusaalemi Empya mu bujjuvu. Wadde tulina ekkubo eritulaga era nga tulimanyi, kiba tekitugasa bwe tutakwata kkubo litereddwawo. Kwe kugamba, kiba tekigasa bwe tutatambulira mu kwagala okw'omwoyo.

Katonda okwagala okw'omwoyo kwe kumusanyusa, era tusobola okufuna okwagala okw'omwoyo gye tukoma okuwulira n'okutambulira mu Kigambo kya Katonda nga ge Mazima. Bwe tufuna okwagala okw'omwoyo, tusobola okufuna okwagala kwa Katonda n'emikisa, n'okuyingira mu Yerusaalemi Empya, ekifo ekisingirayo ddala obulungi mu Ggulu ku nkomerero. Okwagala yensonga esinga obukulu lwaki Katonda yatonda abantu n'okubateekateeka. Nsaba nti abasomi bonna bajja kwagala Katonda okusooka era bagale balirwana baabwe nga bwe beeyagala basobole okufuna ekisumuluzo ekiggula wankaaki eza luulu eza Yerusaalemi Empya.

Geumsun Vin
Akulira Ekitongole Ekisunsuzi

Ebirimu ~ *Okwagala: Okutuukiriza Amateeka*

Eby'omuwandiisi · VII

Ennyanjula · XI

Ekitundu 1 Omugaso Gw'okwagala

    Essuula 1 Okwagala Okw'omwoyo · 2

    Essuula 2 Okwagala Okw'omubiri · 10

Ekitundu 2 Okwagala nga bwe kuli mu Ssuula Ey'okwagala

    Essuula 1 Ekika ky'okwagala okwo Katonda Kwayagala · 24

    Essuula 2 Embala Z'okwagala · 42

    Essuula 3 Okwagala Okutuukiridde · 160

Ekitundu 3 Okwagala kwe Kutuukiriza Amateeka

    Essuula 1 Okwagala kwa Katonda · 172

    Essuula 2 Okwagala kwa Kristo · 184

"Kale bwe mwagala abo ababaagala mmwe, mwebazibwa ki? kubanga n'abantu abalina ebibi baagala abo ababaagala.'

Lukka 6:32

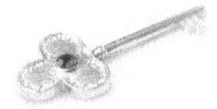

Ekitundu 1
Omugaso gw'Okwagala

Essuula 1 : Okwagala Okw'omwoyo

Essuula 2 : Okwagala Okw'omubiri

Okwagala Okw'omwoyo

"Abaagalwa, twagalanenga, kubanga okwagala kuva eri Katonda; na buli muntu yenna ayagala yazaalibwa Katonda era ategeera Katonda. Atayagala tategeera Katonda, kubanga Katonda kwagala.'

(1 Yokaana 4:7-8)

Okuwulira obuwulizi ekigambo 'kwagala' kireetera emitima gyaffe okukuba n'ebirowoozo byaffe okutambula ennyo. Singa tuba twagala omuntu era ne tugabana okwagala okutuufu obulamu bwaffe bwonna, bujja kubeera obulamu obujjudde essanyu erisingirayo ddala. Olumu tutera okuwulira abantu abawangula embeera ng'okufa kwe nnyini era ne balungiya obulamu bwabwe okuyita mu maanyi g'okwagala. Okwagala kya tteeka okusobola okutambulira mu bulamu obujjudde essanyu; kulina amaanyi mangi agakyusa obulamu bwaffe.

Enkuluze eyitibwa Merriam-Webster's esangibwa ku yintaneeti ennyonyola okwagala nti gwe 'mukwano ogw'amaanyi omuntu gwalina eri omulala oguva ku luganda oba omukago oba omukwano oguva ku kwegomba, ku mpisa ennungi, oguva ku kwagala ebintu ebifaanagana.' Naye okwagala okwo Katonda kwayogerako kwagala okuli ku ddaala erya waggulu, nga kwe kwagala okw'omwoyo. Okwagala Okw'omwoyo tekunoonya byakwo; kuwa abalala essanyu, essuubi, n'obulamu, era tekukyukakyuka. Era, tetukuganyulwamu biseera bimu, bino eby'oku nsi, wabula kutwala emmeeme zaffe eri obulokozi era ne kutuwa obulamu obutaggwawo.

Olugero lw'Omukazi Eyalagirira Omwami we Ekkanisa Gyeri

Waaliwo omukazi eyali omwesigwa mu bulamu bwe ng'Omukristaayo. Naye omwami we yali tayagala agendenga ku kanisa era ng'amukaluubiriza nnyo. Kyokka ne mu kukalubirirwa okwo yagendanga mu kusaba okw'oku makya ennyo era n'asabiranga omwami we. Olunaku lumu, yagenda okusaba ku makya ennyo n'atwala engato z'abba. Ng'awambatidde engato za bba mu kifuba kye, n'akowoola Mukama mu maziga nti, "Katonda, leero, engato zino z'ezize ku kanisa, naye oguddako, ka nnyini zo naye ajje.'

Nga wayiseewo ekiseera, waliwo ekyabaawo. Omwami we yajja mu kanisa. Ekitundu ky'emboozi eno kino kitambula bwe kiti: Waliwo ekiseera bwe kyatuuka, nga buli omwami bwayambala engato okugenda okukola ng'awulira ebbugumu mu ngato ze. Era olumu, n'alaba mukyala we ng'alina gy'atwala engato ze era n'amugoberera. Omukyala yagenda mu kanisa.

Yanyiiga, naye n'ayagala okulaba ekigenda mu maaso. Yayagala okumanya mukyala we ky'akola n'engato ze mu kanisa. Bwe yayingira mu kanisa mpolampola, mukyala we yali asaba bw'anywezezza engato za bba mu kifuba kye. N'awulira bye yali asaba, era nga buli kigambo kye yali asaba kyali kya kwagaliza bba kubeera bulungi na mikisa. Omutima gwe ne gukwatibwako, era nga talina bwe yeebera kuwulira nnaku olw'engeri gye yali ayisaamu mukyala we. Era ekyavaamu, omusajja n'akwatibwako olw'okwagala kwa mukyala we era bwatyo n'afuuka omukristaayo eyeewaddeyo.

Abakyala abasinga mu mbeera eno nga batera okujja ne bansaba mbasabire nga bagamba, "Omwami wange ankalubiriza nnyo kubanga tayagala nzije ku kanisa. Nkwegayiridde nsabira omwami wange alekere awo okunjiganya.' Naye nga ntera okubaddamu nti, "Fuuka mangu atukuziddwa era ogende mu mwoyo. Eyo yengeri y'okugonjoolamu ekizibu kyo.' Nga baddayo ne bawa ba bbaabwe okwagala okusingawo okw'omwoyo gye bakoma okweggyako ebibi era ne bayingira mu mwoyo. Musajja ki ayinza okuyigganya mukyala we eyeewaayo n'okumuweereza okuva mu mutima?

Edda, omukyala eyali nga omusango gwonna aguteeka ku mwami, bwakyuka n'amazima, ogenda okulaba ng'ayogera nti ye yalina ekizibu era ne yeetoowaza. Olwo, ekitangaala eky'omwoyo nga kigyawo ekizikiza era nga n'omwami naye akyuka. Ani ayinza okusabira omuntu omulala amusumbuwa ennyo? Ani ayinza okwewaayo olw'abalirwana abaalekebwawo n'abunya okwagala okutuufu gye bali? Abaana ba Katonda abayize okwagala okutuufu okuva ku Mukama basobola okuvaamu okwagala olwo ne kubuna eri abalala.

Okwagala Okutakyukakyuka n'Omukwano gwa Dawudi ne Yonasaani

Yonasaani yali mutabani wa Sawulo, kabaka wa Isiraeri eyasooka. Bwe yalaba Dawudi ng'awangula naggwano omufirisuuti, Goliyaasi, n'envumuulo, yamanya nti Dawudi yali mulwanyi eyali akkiddwako omwoyo wa Katonda. Olw'okuba naye yennyini yali mukulu wa ggye, Yonasaani yakwatibwako nnyo obuvumu bwa Dawudi. Okuva kw'olwo Yonasaani yayagala nnyo Dawudi nga bwe yeeyagalanga era ne batandika omukwano ogw'amaanyi. Yonasaani yayagala nnyo Dawudi era nga teyeerekerangayo kintu kyonna bwe gwatuukanga ku Dawudi.

Awo olwatuuka bwe yamala okwogera ne Sawulo, emmeeme ya Yonasaani n'egattibwa n'emmeeme ya Dawudi, Yonasaani n'amwagala ng'emmeeme ye ye. Sawulo n'amutwala ku lunaku olwo n'atamuganya kuddayo nate eka mu nnyumba ya kitaawe. Awo Yonasaani ne Dawudi ne balagaana endagaano kubanga yanwagala ng'emmeeme ye ye. Yonasaani ne yeeyambulamu omunagiro gwe gwe yali ayambadde n'aguwa Dawudi, n'ekyambalo kye, era n'ekitala kye n'omutego gwe n'olukoba lwe (1 Samwiri 18:1-4).

Yonasaani ye yali adda ku namulondo engeri gye yali omulenzi omubereberye owa Kabaka Sawulo, era kyandibadde kyangu ye okukyawa Dawudi kubanga Dawudi yayagalwa nnyo abantu. Naye yali talina kyayagala ku bitiibwa bya kabaka. Era Sawulo bwe yagezaako okutta Dawudi okusobola okukuuma entebe ye, Yonasaani yateeka obulamu bwe mu katyabaga okusobola okuwonya Dawudi. Okwagala okwo tekwakyuka okutuuka okufa kwe. Era Yonasaani bwe yafiira mu lutalo lwe Giribowa, Dawudi yakaaba n'akungubaga n'asiiba okutuuka akawungeezi.

Nkunakuwalidde muganda wange Yonasaani, Wansanyusanga nnyo nnyini, okwagala kwo gye ndi kwali kwa kitalo, Nga kusinga okwagala kw'abakazi (2 Samwiri 1:26).

Nga Dawudi amaze okufuuka kabaka, yasisinkana Mefibosesi mutabani wa Yonasaani yekka eyali asigaddewo, n'amuddiza byonna eby'obugagga bya Sawulo, era n'amulabirira ng'omwana we yennyini mu lubiri (2 Samwiri 9). Bwe kutyo, okwagala okw'omwoyo bwe kulina okubeera okwagala omuntu omulala n'omutima ogutakyukakyuka n'obulamu bwe bwonna, wadde nga ye talina bwaganyulwamu waakiri ye ne bwe yeereetako obulabe.

Okukola obulungi olw'okusuubira nti ojja kubaako bw'oganyulwa mu kyo tekuba kwagala kutuufu. Okwagala okw'omwoyo ye muntu okwewaayo n'okugenda mu maaso n'okuwaayo awatali bukwakkulizo, n'omutima omulongoofu n'ekigendererwa ekituufu.

Okwagala kwa Katonda okutakyukakyuka ne Mukama gye Tuli

Abantu abasinga bayita mu bulumi obw'amaanyi olw'okwagala okw'omubiri mu bulamu bwabwe. Bwe tuba n'obulumi era ne tuwubaala olw'okwagala okumala gakyuka, wabeerawo omuntu atubudaabuda era n'afuuka mukwano gwaffe. Ye Mukama. Yanyoomebwa era ne yeeganibwa abantu wadde teyalina musango gwonna (Isaaya 53:3), kale Ategeera bulungi nnyo emitima gyaffe. Yeerekereza ekitiibwa Kye eky'omu ggulu n'akka ku nsi kuno okukwata ekkubo ery'okubonaabona. Mu kukola kino Yafuuka omubuzibuzi waffe omutuufu era mukwano gwaffe. Yatuwa okwagala okutuufu okutuuka lwe yafa ku musaalaba.

Nga sinnafuuka omukkiriza mu Katonda, Nnali mbonaabona ne ndwadde nnyingi era n'ayita mu bulumi n'okuwubaala ebyaleetebwa obwavu. Oluvannyuma lw'okulwalira emyaka musanvu miramba, kye nnali nsigadde n'akyo kyokka gwe mubiri omulwadde, n'amabanja ageyongera buli lukya, okukyayibwa kw'abantu, obw'omu, n'obulumi. Abo bonna be nnali neesiga n'okwagala banjabulira. Naye waliwo omuntu eyajja gyendi wennawulirira nti nsigadde bw'omu mu nsi. Yali Katonda. Bwe nnasisinkana Katonda, n'awonyezebwa endwadde zange zonna omulundi gumu era bwentyo ne ntandika okubeera mu bulamu obuggya.

Okwagala Katonda kwe yampa kyali kirabo eky'obwereere. Si nze eyasooka okumwagala. Yasooka kujja gyendi n'ampa emikono Gye. Bwe n'atandika okusoma Bayibuli, Nnawuliranga Katonda ng'ang'amba nti nkwagala.

Omukazi asobola okwerabira omwana we ayonka, obutasaasira mwana wa nda ye? weewaawo, abo bayinza okwerabira, naye siikwerabirenga ggwe. Laba, nkuyoze ku bibatu by'emikono gyange, ebisenge byo biri mu maaso gange bulijjo (Isaaya 49:15-16).

Ku kino okwagala kwa Katonda kwe kwalabisibwa gye tuli, kubanga Katonda yatuma mu nsi Omwana we eyazaalibwa omu tulyoke tube abalamu ku bw'oyo. Mu kino mwe muli okwagala, so si nga ffe twayagala Katonda, naye nga Ye yatwagala ffe, n'atuma Omwana we okuba omutango olw'ebibi byaffe (1 Yokaana 4:9-10).

Katonda teyandeka ne bwe nnali nfuba mu kubonaabona kwange nga bonna bandeseewo. Bwe nnawulira okwagala Kwe, Nnali sirina bwe nsiba maziga kuva mu maziga gange. Nnali nsobola okuwulira nti okwagala kwa Katonda kutuufu olw'obulumi bwe nnali mpiseemu. Kati, n'afuuka musumba, omuweereza wa Katonda, okubudaabuda emitima gy'emmeeme nnyingi n'okusasula ekisa kya Katonda ekyampebwa.

Katonda kwagala kwe nnyini. Yasindika omwana We omu yekka Yesu ku nai kuno ku lwaffe ab'onoonyi. Era atulindiridde okugenda mu bwakabaka obw'omu ggulu eyo gy'atadde ebintu ebirungi ennyo era eby'omuwendo. Tusobola okuwulira okwagala kwa Katonda okulungi ennyo era okuli mu bungi singa tusobola okuggulwo omutima gwaffe ne bwe k'aba katono bwe kati.

Kubanga ebibye ebitalabika okuva ku kutonda ensi birabikira ddala nga bitegeererwa ku bitonde, obuyinza bwe obutaggwaawo n'obwakatonda bwe, babeere nga tebalina kya kuwoza (Abaruumi 1:20).

Lwaki tolowooza ku kintu kimu eky'obutonde ekirabika obulungi ennyo? Eggulu erya bbululu, ennyanja eteese obulungi, n'emiti gyonna n'ebimera bye bintu byonna Katonda bye yatukolera nga bwe tubeera ku nsi kuno tusobola okubeera n'essuubi mu ggulu okutuuka lwe tunaatuukayo.

Okuva ku mayengo agajja nga gakuba emabbali w'ennyanja; emmunyeenye ezimasamasa nga ziringa ezizina; eddoboozi ery'amaanyi eriva mu biriyiriro by'amazzi; n'okuva mu mbuyaga ekunta, tusobola okuwulira okussa kwa Katonda ng'atugamba nti "nkwagala nnyo." Olw'okuba tulondeddwa ng'abaana ba Katonda ono ayagala ennyo, kwagala kwa kika ki kwe tulina okuba nakwo? Tulina okuba n'okwagala okw'olubeerera era okutuufu so si okwagala okutalina makulu okwo okukyukakyuka embeera bwe tuba tetugiganyulwamu.

Okwagala Okw'omubiri

"Kale bwe mwagala abo ababaagala mmwe, mwebazibwa ki? kubanga n'abantu abalina ebibi baagala abo ababaagala.'
Lukka 6:32

Omusajja ayimiridde mu maaso g'ekibiina ekinene, ng'atunudde eri Ennyanja y'e Galiraaya. Okumasaamasa ku nnyanja nga kumuli mabega nga kulinga okuzinaazina ku mayengo ag'empolampola emabega we. Abantu bonna nga basirikiridde okuwuliriza ekigambo Kye. Eri ekibiina ekinene ekyali kitudde wano ne wali ku lusozi, Yali abagamba okufuuka ekitangaala era omunnyo gw'ensi n'okwagala n'abalabe baabwe, mu ddoboozi ekakkamu kyokka nga litadde omulaka ku kye ly'ogerako.

Kubanga bwe munaayagalanga ababaagala, mulina mpeera ki? n'aba wooza tebakola bwe batyo? Bwe munaalamusanga baganda bammwe bokka, munaabasinzangawo ki? n'ab'amawanga tebakola bwe batyo? (Matayo 5:46-47)

Nga Yesu bwe yali agamba, nti abatakkiriza n'abo ababi basobola okulaga okwagala eri abo ababagala n'abo be baganyulwamu. Waliwo n'okwagala okw'obulimba, nga kulinga okulungi kungulu naye nga si kutuufu munda. Okwagala okw'omubiri kwe kukyukakyuka nga wayiseewo ekiseera era kuggwawo n'okumenyeka ne mu buntu obutono.

Okwagala okw'omubiri kusobola okukyuka ekiseera kyonna bwe wayitawo ebbanga. Embeera bw'ekyuka, okwagala okw'omubiri nakwo kukyuka. Abantu batera nnyo okukyuka mu ndowooza zaabwe okusinziira ku ngeri gye baganyulwa mu kintu. Abantu bagaba nga bamaze kubaako kye bafunye okuva ku balala, oba bagaba bwe kuba ng'okugaba okwo balina engeri gye bajja okuganyulwamu. Bwe tugaba olw'okuba twagala tufune mu ngeri y'emu, oba bwe tunyiiga kubanga be tuwadde tebaliiko kye batuwadde n'abo, nakyo kibaawo olw'okwagala okw'omubiri.

Okwagala wakati W'abazadde N'abaana

Okwagala kw'abazadde abatakoma kuwa baana baabwe kukwata ku mutima gy'abantu bangi. Abazadde tebagamba nti kizibu okulabirira abaana baabwe n'amaanyi gaabwe gonna kubanga bagala abaana baabwe. Omuzadde bulijjo ayagala awe abaana be ebintu ebirungi ne bwe kiba kitegeeza nti ye tajja kulya bulungi oba okwambala obulungi. Wabula, era waliwo ekifo mu kasonda akamu ak'omutima gw'abazadde abo abagala abaana baabwe bwe batyo eky'okwenoonyeza ebyabwe.

Bwe baba nga ddala bagala abaana baabwe babeera, balina okuba nga basobola okuwaayo obulamu bwabwe ku lw'abaana baabwe nga tebasuubira kusasulwa. Naye ng'ate waliwo abazadde bangi abakuza abaana baabwe olw'ebyo bye beenoonyeza oba olw'ekitiibwa. Bagamba, "Kino nkikugamba kubanga kiyamba gwe," naye ng'amazima gali nti bagezaako okufuga abaana baabwe mu ngeri y'okujjuza okuyaayaana kwabwe okw'okufuna etutumu, oba ku lw'eby'enfuna byabwe. Abaana bwe beeronderawo eky'okukola oba ne bafumbirwa oba okuwasa, bwe basalawo okukola omulimu bazadde baabwe gwe batayagala oba omwami oba omukyala gwe batayagala bakiwakanya, bakiwakanya nnyo ne bawulira bubi nnyo. Kikakasa nti okwewaayo kwabwe eri abaana baabwe kwaliko obukwakkulizo. Bagezaako okufuna ekyo kye bagala okuyita mu baana ng'okusasula okwagala okwabaweebwa.

Okwagala kw'abaana ate kwo kuba kutono ddala okusinga ku kwa bazadde. Waliwo enjogera ye Korea egamba nti, "Singa abazadde balwala okumala ekiseera ekiwanvu, abaana bonna bajja kulekawo bazadde baabwe.' Abazadde bwe babeera abalwadde era nga bakadde nga teri mukisa gwonna gwa kuwona, era abaana bwe babeera be balina okubalabirira, bawulira muli nga kyeyongera okuba ekizibu okukwata embeera eno. Bwe babeera abaana abato, bamanyi n'okwogera ebigambo nga, "sijja kufumbirwa oba kuwasa njakubeeranga nammwe, maama ne taata.' Bayinza okulowooza nti bagala kubeera na bazadde baabwe obulamu bwabwe bwonna. Naye bwe bagenda bakula, batandika okuba nga tebakyayagala nnyo bakadde baabwe kubanga obudde bwabwe babeera babumalira mu kwebezaawo. Emitima gy'abantu tegikyatya kibi ennaku zino, era obubi bungi nnyo ennaku zino nga n'olumu abazadde batta abaana baabwe oba abaana okutta bakadde baabwe.

Okwagala wakati W'omwami N'omukyala

Ye ate okwagala wakati w'abafumbo? Bwe babeera bakalabagana, babeera boogera ebigambo ebiwoomu nga, "Sisobola kubeerawo w'otali. Sirirekayo ku kwagala, njakwagala olubeerera.' Naye kiki ekibaawo kasita bamala okufumbiriganwa? Batamwa abagalwa baabwe era ne bagamba nti, "Sisobola kweyisa nga bwe njagala kubanga ndi naawe. Wannimba.'

Beegambanga buli omu bwayagala munne, naye bwe bamala okufumbiriganwa, buli ssaawa babeera boogera ku kwawukana oba okunoba kubanga babeera balowooza ku buli omu gye yakulira, okusoma kwe, oba empisa zaabwe nga bwe zitakwatagana. Emmere bw'eba tewooma ng'omwami bwayagala ewoome, atandika okwemulugunya ng'agamba, "Eno mmere ki gy'ofumbye? Sisobola kugirya!" Era, omwami bw'aba takola nsimbi zibamala, omukyala amala ku mwami we emirembe ng'ayogera ebintu nga, "Kyokka ye bba wa mukwano gwange baamukuzizza ku mulimu ng'akulira abakozi n'oli omulala era naye y'akulira ekitongole... Ggwe banaakukuza ddi ye... kyokka waliwo ne mukwano gwange omulala yaguze ennyumba enneneko ne mmotoka mpya ttuku, naye ffe tuli ku ki? Tunaabeerako ddi obulungi?"

Omuwendo ogulaga obutabanguko mu maka mu Korea, kumpi kitundu ky'abafumbo bonna batulugunya abaagalwa baabwe. Abafumbo bangi balekayo okwagala kwabwe okwasooka kwe baalina, era ne batandika okwekyawa n'okuyombagana. Ennaku zino, waliwo abafumbo abawukana mu kuwujjaala kwe babeera bagenzeemu oluvannyuma lw'embaga! Ne bbanga abafumbo lye bamala mu bufumbo litandise okuyimpawala. Balowooza nti abantu bebaali bagenda okuwasa oba okufumbirwa baabagala nga nnyo, naye bwe batandika okubeera bombi batandika okulaba ebyo ebibi ebiri mu bagalwa baabwe. Olw'okuba engeri gye balowoozaamu ne bye bagala bya njawuo, buli ssaawa babeera bakuubagana ku buli nsonga. Nga bakola kino, ekyo kye baayitanga okwagala kitandika okuwola.

Wadde bayinza okuba nga tebalina mitawaana givaayo bulungi wakati waabwe, batandika okwemanyiira era okwagala okwasooka kwe baalina buli omu eri munne kuwola ekiseera bwe kigenda kiyitawo. Olwo, ne batandika okukyusa amaaso gaabwe nga bagazza ku basajja abalala ne ku bakazi abalala. Omwami abeera mukyala we takyamusanyusa bulungi ng'atunulira enviiri bwe zitankuuse ku makya nga buli kimu kitunula gye kyagala, era bwagenda akula n'okugejja, awulira muli nga takyasanyusa. Okwagala kulina okugenda ebuziba ekiseera bwe kigenda kiyitawo, naye mu biseera ebisinga obungi kino tekibeerawo. Anti, okukyukakyuka mu bbo kuwagira amazima nti okwagala kwabwe kwali kwa mubiri okwo okwenoonyeza ebyakwo.

Okwagala wakati W'ab'oluganda

Ab'oluganda abazaaliddwa abazadde be bamu era nga baakulira wamu balina okuba nga omu tava ku lusegera lwa munne okusinga ku bantu abalala bonna. basobola buli omu okwesigama ku munne mu bintu bingi olw'ebyo bye bazze bagabana awamu n'okuba n'okwagala kungi buli omu eri munne. Naye ab'oluganda okuva mu nda emu abamu balinamu okwagala okuvuganya mu bo era ne batandika okukwatirwa baganda baabwe oba bannyinaabwe obuggya.

Omwana omubereberye ayinza okuwulira nti okwagala kw'abazadde okulina okumuweebwa kati kuweebwa bato be. Omwana ow'okubiri ayinza okuwulira nga tateredde kubanga awulira nti ali wansi wa mukulu we. Abo abali wakati abalina bakulu baabwe ne bato baabwe bayinza okuwulira nga bali wansi wa bakulu baabwe kyokka nga bwe bawulira n'omugugu nti be balina okulabirira bato baabwe. Bayinza n'okuwulira nti bayisibwa bubi nga balowooza nti teri ku bazadde bombi abafaako. Abaana abazaaliddwa abazadde be bamu bwe batalowooza bulungi ku ngeri gye bawuliramu eri baganda baabwe ne bannyina bwe, bayinza okuba nga tebakwatagana bulungi ne baganda baabwe oba bannyina bwe.

Obutemu obwasooka mu byafaayo by'omuntu bwatuukawo wakati wa b'oluganda. Bwaleetebwa obuggya bwa Kayini bwe yalina eri muganda we omuto Aberi olw'omukisa gwa Katonda. Okuva kw'olwo, wazze wabaawo okulafubana n'okulwanagana mu b'oluganda mu byafaayo by'abantu. Yusufu yali yakyayibwa baganda be era ne bamutunda ng'omuddu mu Misiri. Mutabani wa Dawudi, Abusolomu, yalagira abasajja be okutta muganda we yennyini Amunoni. Leero, ab'oluganda bangi balwanagana nga bayombera aby'obusika by'abazadde baabwe. bafuukira ddala abalabe n'abalabe.

Wadde nga kino si kibi nnyo nga ekisoose, bwe bawasa oba okufumbirwa ne batandika amaka gaabwe, babeera te bakyafa ku baganda baabwe nga bwe gwali edda. Nze omulenzi asembayo mu baana mukaaga. Nnali njagalibwa nnyo bakulu bange, naye bwe nnali ku ndiiri okumala emyaka musanvu nga ntawanyizibwa ne ndwadde nyingi, embeera n'ekyuka. Ne ntandika okubafuukira omugugu. Ne bagezaako okuwonya endwadde zange, naye bwe waalabika nga tewali ssuubi lyonna, ne batandika okunkuba amabega.

Okwagala wakati W'ab'omuliraano

Abantu be Korea balina ebigambo nga "muganda wange ow'okumuliraano.' Kitegeeza nti baliraanwa baffe bakwatagana nnyo n'ab'omu maka gaffe. Abantu abasinga bwe baalinga balima edda, ab'omuliraano balinga bantu balungi nnyo nga bamanyi n'okuyambagana. Naye kati ebigambo bino tebikyali by'amazima. Ennaku zino, abantu amaka gaabwe basiiba bagagadde n'okugasiba, nga ne baliraanwa baggaliddwa ebweru. Tukozesa n'ebisiba eby'amaanyi. Abantu tebamanyi n'ani asuula mu mulyango ogumuddiridde.

Tebakyafa ku balala era tebakyafa na kyakumanya baliraanwa baabwe be bani? Beefaako bokka, n'abo bwe bazaalibwa be bakulu gye bali. Tebeesigang'ana. Era, bwe bawulira nti baliraanwa baabwe babakaluubiriza, babaleetera obulumi oba ebizibu, tebasiba n'amu babalumbirawo ne babeggyako oba okulwana n'abo, Ennaku zino waliwo abantu bangi nga bamuliraano naye nga beekubye mu mbuga z'amateeka mu buntu obutaliimu. Waaliwo omuntu eyafumita muliraanwa we eyali amusula waggulu ekiso kubanga baali bamuleekaanira nnyo.

Okwagala wakati W'emikwano

Ate olwo, okwagala wakati w'emikwano? Oyinza okulowooza nti mukwano gwo gundi talikulekulira. Naye, n'omuntu gw'otwala ng'ow'okulusegere bwatyo, asobola okukulyamu olukwe na kuleka n'omutima ogumenyesemenyese.

Mu mbeera ezimu, omuntu ayinza okusaba mukwano gwe amuwole ku nsimbi eziwerako oba amweyimirire, kubanga anaatera okuggwamu. Mukwano gwe bwagaana, agamba nti amuliddemu olukwe era abeera tayagala kuddamu kumulaba. Naye nga wano omusobya yani? Bw'oba nga ddala oyagala mukwano gwo, obeera tosobola kumulumya. Bw'oba onootera okwavuwala, era mikwano gyo ne bakweyimirira, ebiseera ebisinga mikwano gyo n'ab'omu maka gaabwe babeera bayinza okubonaabona naawe. Okwo kubeera kwagala okuleetera mikwano gyo okwolekera obuzibu ng'obwo? Okwo si kwagala. Naye ennaku zino, ebintu bino bingi. Kyokka nga, ekigambo kya Katonda kitugaana okwewola n'okuwola sente n'okuteekayo emisingo oba okweyirira abalala. Bwe tujeemera ebigambo bya Katonda ng'ebyo, ebiseera ebisinga wajja kubaawo omulimu gwa seetani eri abo bonna abakirimu era bajja kugwa ku buzibu.

Mwana wange, oba nga weeyimirira muliraanwa wo, n'okubira omugenyi mu ngalo, ebigambo eby'omu kamwa ko bikukwasizza, Ebigambo eby'omu kamwa ko bikuteze (Engero 6:1-2).

Tobanga ku muwendo gw'abo abakuba mu ngalo, newakubadde ogw'abo abeeyimirira amabanja (Engero 22:26).

Abantu abamu balowooza ky'amagezi okufuna emikwano gyayinza okubaako byagifunamu. Era eky'amazima kiri nti ennaku zino kizibu nnyo okusanga omuntu oyo awaayo obudde bwe, amaanyi ge, ne sente n'okwagala okutuufu eri baliraanwe be oba emikwano.

Nnalina emikwano mingi okuviira ddala mu buto. Nga sinnafuuka mukkiriza mu Katonda, nga obwesige mu mikwano nga nkitwala ng'obulamu bwange. Nga ndowooza nti omukwano gwaffe gujja kubeerawo olubeerera. Naye bwe nnali ku ndiiri okumala ekiseera ekiwanvu, Ne ntegeerera ddala nti okwagala kuno wakati w'emikwano n'akwo kukyukakyuka okusinziira ku kye bafunamu.
Mu kusooka, mikwano gyange gyakola okunoonyereza wa gye bayinza okufuna ba dokita abalungi oba abekinnansi ne bantwalayo, naye bwe saawona, batandika okundekawo omu ku omu. Era bwe waayitawo ekiseera, emikwano gyokka gye nalina b'ebo bwe twanywanga n'okukuba zaala. Ate nga n'abo tebajjanga gye ndi mbu kubanga baali banjagala nnyo, wabula lwakuba baayagala kubaako webatuula. Bwe kutyo okwagala okw'omubiri bagamba nti baagalana nnyo, naye tewayita kaseera nga tebinnakyuka.

Nga kyandibadde kirungi nnyo singa abazadde n'abaana, ab'oluganda, emikwano ne baliraanwa tebeenoonyeza byabwe wadde okukyukakyuka mu ndowooza zaabwe! Singa bwe kityo bwe kiri, kitegeeza nti balina okwagala okw'omwoyo. Naye ebiseera ebisinga, tebalina kwagala okw'omwoyo kuno, era kino tebasobola kukisangamu kumatira kutuufu. Banoonya okwagala okuva mu beng'anda zaabwe n'okuva mu bantu ababeetoolodde. Naye gye bakoma okukola kino, ate bongera kubeera na nnyonta ey'okwagala, nga balinga ababadde banywa amazzi ag'ennyanja ey'omunnyo okuwonya ennyonta yaabwe.

Blaise Pascal yagamba nti waliwo omuwaatwa Katonda gwateeka mu buli mutima gwa muntu nga tegusobola kujjuzibwa kintu kyonna ekitonde, wabula Katonda yekka, oyo Omutonzi, gwe tumanya okuyita mu Yesu. Tetusobola kumatirira ddala era tubeera nga abatalina mugaso okutuuka ng'omuwaatwa ogwo gujjuziddwa okwagala kwa Katonda. Olwo kino kitegeeza nti mu nsi muno temuli kwagala kwa mwoyo okwo okutakyukakyuka? Si kye kitegeeza. Si kusangikasangika, naye nga okwagala okw'omwoyo ddala gye kuli. 1 Abakkolinso essuula 13 woogera bulungi nnyo ku kwagala okw'omwoyo.

Okwagala kugumiikiriza, kulina ekisa, okwagala tekuba na buggya, okwagala tekwekulumbaza, tekwegulumiza, tekukola bitasaana, tekunoonya byakwo, tekunyiiga, tekusiba bubi ku mwoyo, tekusanyukira bitali bya butuukirivu, naye kusanyukira wamu n'amazima, kugumiikiriza byonna, kukkiriza byonna, kusuubira byonna, kuzibiikiriza byonna (1 Abakkolinso 13:4-7).

Katonda okwagala kuno akuyita kwa mwoyo era okwagala okw'amazima. Bwe tuba nga tumanyi okwagala kwa Katonda era ne tukyuka n'amazima, tubeera n'okwagala okw'omwoyo. Katubeera n'okwagala okw'omwoyo nga tusobola okwagala abalala n'omutima gwaffe gwonna ne ndowooza etakyukakyuka, ne bwe tuba nga tetulina kye tufunamu era nga kutuleetera buzibu.

Engeri Z'okukeberamu Okwagala Okw'omwoyo

Waliwo abantu abalowooza nti bagala Katonda. Okusobola okukebera wa we tutuuse mu kuteekateeka okwagala okw'omwoyo okw'amazima n'okwagala kwa Katonda, tusobola okukebera engeri gye tuwulira muli n'ebikolwa byaffe bye tuzze tuba n'abyo nga tuyita mu bigezo eby'okututereeza, mu kusoomozebwa, ne mu mbeera enzibu. Tusobola okwekebera wa wetutuuse mu kwagala okw'amazima, nga twekebera oba nga ddala tusanyuka n'okwebaza okuva ku ntobo y'omutima gwaffe oba nga tugenda mu maaso n'okugoberera okwagala kwa Katonda.

Bwe twemulugunya era ne tukyawa embeera era ne tutuuka n'okunoonya engeri ez'ensi nga twesigama ku bantu, kitegeeza nti tetulina kwagala kwa mwoyo. Kikakasa nti okumanya kwe tumanyiimu Katonda kwa mu mutwe, si okumanya kwe tutadde mu mitima gyaffe era ne tukutambuliramu. Nga sente ez'epiccupuli bwe zifaanana nga sente entuufu kyokka nga kapapula, okwagala okuteeke obuteesi mu mutwe tekuba kwagala kwa mazima. Tekuba na muwendo gwonna. Okwagala kwaffe eri Mukama bwe kuba nga tekukyukakyuka era bwe twesigama ku Katonda yekka mu mbeera zonna embeera k'ebe nzibu nnyo, olwo nno tusobola okugamba nti tuteeseteese okwagala okw'amazima okwo okw'omwoyo.

"Naye kaakano waliwo okukkiriza, okusuubira, okwagala, ebyo byonsatule, naye ku ebyo ekisinga obukulu kwagala.'

1 Abakkolinso 13:13

Ekitundu 2

Okwagala nga bwe Kuli mu Ssuula Ey'okwagala

Essuula 1 : Ekika ky'okwagala okwo Katonda kwayagala

Essuula 2 : Embala Z'okwagala

Essuula 3 : Okwagala Okutuukridde

Ekika ky'okwagala okwo Katonda Kwayagala

"Bwe njogera n'ennimi z'abantu n'eza bamalayika, naye ne ssiba na kwagala, nga nfuuse ekikomo ekivuga n'ebitaasa ebisaala. Era bwe mba ne bbunnabbi ne ntegeera ebyama byonna n'okutegeera kwonna, era bwe mba n'okukkiriza kwonna n'okuggyawo N'enziyawo ensozi, naye ne ssiba na kwagala, nga ssiri kintu, era bwe ngabira abaavu bye nnina byonna okubaliisanga, era bwe mpaayo omubiri gwange okwokebwa, naye ne ssiba na kwagala, nga ssiriiko kye ngasizza.'

1 Abakkolinso 13:1-3

Ekiddako kye kintu ekyabaawo mu maka omwakuumirwanga bamulekwa mu nsi ye South Africa. Abaana beeyongeranga okulwala ennyo omu ku omu, era omuwendo ne gweyongera. Naye nga tebalaba nsonga yonna eyalwazanga baana bano. Abakuuma abaana bano ne bayita ba dokita abamanyiddwa okwekebejja abaana bano. Ng'okunoonyereza kwonna kuwedde, ba dokita ne bagamba, "Bwe banaazuukuka, mu bagwe ku kifuba era mu babuulire nga bwe mubaagala era mu kikole okumala eddakiika kkumi."
Ekyabeewuunyisa, obulwadde obwali tebumanyiddwa kwe buva bwatandika okugenda. Kyali bwe kityo lwakuba okwagala abaana abo kwe baali beetaaga kwokka okusinga ekintu ekirala kyonna. Era ne bwe tuba nga tetulina kye tujula nga buli kye twetaaga tukifuna, awatali kwagala tetusobola kubeera na ssuubi lya bulamu oba okwagala okuba abalamu. Tusobola okugamba nti okwagala kye kintu ekisinga obukulu mu bulamu bwaffe.

Obukulu Bw'okwagala Okw'omwoyo

Essuula ey'ekkumi n'essatu mu 1 Bakkolinso, nga yeyitibwa Essuula Ey'okwagala, esooka okuteeka essira ku bukulu bw'okwagala nga tennatandika kunnyonyola okwagala okw'omwoyo mu bujjuvu. Kiri bwe kityo kubanga bwe twogera mu nnimi z'abantu n'eza bamalayika, naye nga tetulina kwagala, tuba tufuuse ekikomo ekivuga n'ebitaasa ebisaala.

Okwogera 'mu nnimi za bantu' tekitegeeza kwogera mu nnimi ng'ekimu ku kirabo eky'Omwoyo Omutukuvu. Kitegeeza ennimi zonna ez'abantu ababeera ku nsi kuno gamba nga Oluzungu, Olujapaani, Olufalansa, Olulasa, n'endala. Okukulaakulana n'okumanya bitambuzibwa mu nkola ennungi era emirembe egiddako n'egisobola okubisanga okuyita mu lulimi, era tusobola okugamba nti amaanyi g'olulimi ddala g'amaanyi. Nga tukozesa olulimu era tusobola okulaga ebituli mundu ne kye tulowooza ne tusobola okwegayirira n'okukwata ku mitima gy'abantu bangi. Ennimi z'abantu zirina amaanyi okukwata ku bantu n'okutuukiriza abintu bingi.

'Olulimi lw'abamalayika' kitegeeza ebigambo ebirungi. Bamalayika bitonde bya mwoyo era biyimirirawo ku 'lw'obulungi.' Abantu abalala bwe boogera ebigambo ebirungi n'amaloboozi amalungi, abantu bagamba nti baayimbye ng'ennyonza. Naye Katonda agamba n'ebigambo ebivaayo obulungi eby'abantu oba ebyo ebirungi nga bamalayika biringa ekikomo ekivuga n'ebitaasa ebisaala bwe wataba kwagala (1 Abakkolinso 13:1).

Eky'amazima, ekyuma ekizitowa tekitera kuleekaana nnyo bwe kikonebwako. Ekyuma bwe kirekaana ennyo, kitegeeza nti munda mulimu omuwaatwa oba nti katono era nga kawewuka. Ebitaasa birekaana nnyo kubanga bikolebwa mu buuma obw'oluwewere ennyo. Kye kimu ne mu bantu. Omuwendo gwaffe gugeraageranyizibwa n'eng'ano ejjudde ebirimba singa tufuuka abaana ba Katonda abatuufu nga tujjuzza emitima gyaffe okwagala. So nga, abo abatalina kwagala balinga ebisusunku omutali kantu. Lwaki kiri bwe kityo?

1 Yokaana 4:7-8 wagamba, "Abaagalwa, twagalanenga, kubanga okwagala kuva eri Katonda, na bulli muntu yenna ayagala yazaalibwa Katonda era ategeera Katonda. Atayagala tategeera Katonda, kubanga Katonda kwagala.' Kwe kugamba,

abo abatalina kwagala tebalina kye bakola na Katonda, era balinga ebisusunku omutali nsigo yonna mu byo.

Ebigambo by'abantu ng'abo temuli muwendo gwonna mu byo wadde boogera bulungi mu ngeri ennungi, kubanga tebalina kwagala kutuufu okwo okuwa abantu abalala obulamu. Wabula babamalako emirembe nga bw'olaba ekikomo ekivuga n'ebitaasa ebisaala, kubanga bawewuka nnyo era balimu omuwaatwa munda mu bo. Ku ludda olulala, ebigambo ebirimu okwagala birina amaanyi agatagambika agawa obulamu. Tusobola okusanga obukakafu obwo mu bulamu bwa Yesu.

Okwagala Okutuufu Kuwa Obulamu

Olunaku lumu Yesu yali ayigiriza mu Yeekaalu, abasomesa b'amateeka n'Abafalisaayo ne baleeta omukazi eyali ayenze mu maaso Ge. Yasangibwa lubona mu bwenzi. Mu maaso g'Abafalisaayo n'abasomesa b'amateeka abaaleeta omukazi ono, temwalimu wadde empeke ey'ekisa eri omukazi ono.

Ne bagamba Yesu, "Omuyigiriza, omukazi ono bamukutte ng'ayenda bamusisinkanirizza. Naye mu mateeka Musa yatulagira okubakubanga amayinja abakola bwe batyo, kale ggwe oyogera otya ku ye?" (Yokaana 8:4-5)

Amateeka mu Isiraeri kye Kigambo n'Amateeka ga Katonda. Waliwo akawaayiro mu mateeka ago akalagira abenzi okukubibwa amayinja okutuuka lwe bafa. Singa Yesu yagamba nti baalina okumukuba amayinja okusinziira ku mateeka, kyali kitegeeza nti yali Awakanya ekigambo Kye, kubanga yasomesa abantu okwagala n'abalabe baabwe. Singa yagamba nti asonyiyibwe, ddala kwandibadde kumenya mateeka kwe nnyini. Kwandibadde ng'okuwakanya Ekigambo kya Katonda.

Abayigiriza b'amateeka n'Abafalisaayo baali basanyufu nti kati baalina omukisa ogw'okusuula Yesu. Olw'okuba emitima gyabwe yali agimanyi bulungi nnyo, Yesu yakutama bukutami wansi n'abaako kyawandiika ku ttaka n'engalo Ye. Awo n'agolokoka era n'abagamba, "Mu mmwe atayonoonangako, asooke okumukuba ejjinja" (Yokaana 8:7).

Yesu bwe yaddamu okukutama n'awandiika wansi n'engalo Ye, abantu ne batandika okuvaawo omu ku omu, era omukazi n'asigalawo yekka ne Yesu. Yesu yawonya obulamu bw'omukazi ono nga tamenye mateeka.

Kungulu, abasomesa b'amateeka n'Abafalisaayo kye baali bagamba tekyali kikyamu kubanga baayogera ekyo Amateeka ga Katonda kye googera. Naye ekigendererwa mu bigambo byabwe kyali kya njawulo ku kya Yesu. Baali bagezaako okulumya abalala kyokka ye Yesu yali agezaako okuwonya emmeeme.

Bwe tutegeera ekika ky'omutima gwa Yesu guno, tujja kusaba nga bwe tulowooza ku bika by'ebigambo ebiyinza okuwa abalala amaanyi era n'ebibatwala eri amazima. Tujja kugezaako okuwa obulamu na buli kigambo kye twogera. Abantu abamu bagezaako okusikiriza abalala n'ekigambo kya Katonda oba ne bagezaako okutereeza engeri abantu gye beeyisaamu nga boogera ku bunafu bwabwe n'ensobi zaabwe bye balowooza nti si bituufu. Wadde ebigambo eby'ekika ekyo bituufu, tebisobola kuleeta nkyukakyuka mu bantu abalala oba okubawa obulamu, kavuna ebigambo bibeera nga tebyogeddwa mu kwagala.

N'olwekyo, bulijjo tulina okwekebera oba nga twogeza kye

tuyita obutuukirivu oba tukozesa birowoozo bye tulowooza nti bituufu, oba ebigambo byaffe biva ku kwagala okusobola okuwa abalala obulamu. Ekitali ku kigambo eky'ogeddwa nga kisiisiiriza, ekigambo ekirimu okwagala okw'omwoyo kisobola okufuuka amazzi ag'obulamu agamala ennyonta y'emmeeme, era eby'okwewunda eby'omuwendo ebiwa essanyu n'okubudaabuda eri emmeeme eziri mu bulumi.

Okwagala Okw'ebikolwa Eby'okwewaayo

Okutwaliza awamu 'obunnabbi' kitegeeza okwogera ku bintu ebijja okubaawo mu maaso. Mu makulu ag'omu bayibuli kwe kufuna omutima gwa Katonda mu kw'olesebwa kw'Omwoyo Omutukuvu mu kintu ekimu n'okwogera ku bintu ebinaabaawo. Okwogera obunnabbi si kye kintu ekisobola okukolebwa okusinziira ku kwagala kw'abantu. 2 Peetero 1:21 wagamba, "... kubanga siwali kigambo kya bannabbi ekyali kireeteddwa mu kwagala kw'abantu, naye abantu baayogeranga ebyava eri Katonda, nga bakwatiddwa Omwoyo Omutukuvu.' Ekirabo ky'obunnabbi tekimala gaweebwa muntu yenna. Katonda ekirabo kino takiwa muntu oyo atatukuziddwa, kubanga ayinza okutandika okwemanya.

Ekirabo "ky'obunnabbi," nga bwe kiri mu ssuula ey'okwagala okw'omwoyo si kirabo ekiweebwa abantu abatono ennyo ab'enjawulo. Kitegeeza nti buli muntu akkiririza mu Yesu Kristo era n'atambulira mu mazima asobola okulabirawo ebijja mu maaso. Gamba nga, Mukama bw'anadda mu bbanga, abalokole bajja kutwalibwa mu bbanga era benyigire mu Mbaga ey'Emyaka

Omusanvu, so ng'abo abanaaba tebalokoleddwa bajja kubonaabonera mu Kubonaabona Okw'amaanyi Okw'emyaka Omusanvu ku nsi kuno era bagwe mu Ggeyeena oluvannyuma lw'Omusango ogw'oku Namulondo Ennene Enjeru. Naye abaana ba Katonda bonna ne bwe babeera n'ekirabo ky'obunnabbi mu ngeri eno 'ey'okwogera ku bigenda okubaawo', si bonna nti balina okwagala okw'omwoyo. Anti era, bwe babeera tebalina kwagala kwa mwoyo, bajja kukyusa endowooza zaabwe nga bagoberera ebyo mwe bafuna, n'olwekyo ekirabo ky'obunnabbi tekijja kubagasa mu ngeri yonna. Ekirabo ekyo kye nnyini tekijja kukulembera wadde okuyisa okwagala.

'Ekyama' wano kitegeeza ekyama ekyakwekebwa nga n'ebiro tebinnabaawo, nga kye kigambo eky'omusaalaaba (1 Abakkolinso 1:18). Ekigambo eky'omusaalaba kye kigendererwa eky'okulokola abantu, ekyakolebwa Katonda nga n'ebiro tebinnabaawo mu buyinza Bwe. Katonda yamanya nti abantu baali bajja kwonoona bagwe mu kkubo ery'okufa. Olw'ensonga eno Yategeka Yesu Kristo eyali ow'okufuuka Omulokozi nga n'ebiro tebinnabaawo. Okutuuka ekigendererwa kino lwe kyatuukirizibwa, Katonda yakikuuma nga kyama. Lwaki Yakola ekyo? Singa ekkubo ery'obulokozi ly'amanyibwa, teryandituukiriziddwa olw'okuyingirirwa omulabe setaani n'omulyolyomi (1 Abakkolinso 2:6-8). Omulyolyomi ne Setaani baali balowooza nti bajja kukuuma obuyinza bwe baali bafunye ku Adamu lubeerera singa bannatta Yesu. Naye, olw'okuba baafuukula abantu ababi ne batta Yesu ekkubo ery'obulokozi ly'asobola okuggulwawo! Wabula, wadde tumanyi ekyama kino eky'amaanyi, okuba n'amagezi ag'ekika kino tekirina kye kitugasa bwe tuba tetulina kwagala okw'omwoyo.

Kye kimu n'okumanya. Wano ekigambo 'amanyi byonna' tekitegeeza ebyo bye tusoma mu ssomero. Kitegeeza okumanya ebya Katonda n'okumanya amazima mu bitabo 66 ebya Bayibuli. Bwe tubaako bye tutegeera ku Katonda okuyita mu Bayibuli, tulina okumusisinkana era ne tumwerabirako era ne tumukkiriza okuva mu mitima gyaffe. Ekitali ekyo okumanya obumanya Ekigambo kya Katonda kijja kusigala ng'ekyo ekimanyiddwa mu mitwe gyaffe. Tuyinza n'okukozesa okumanya kuno mu ngeri etali nnungi, gamba nga, mu kusalira abalala emisango n'okubakolokota. N'olwekyo, okumanya okutaliimu okwagala okw'omwoyo tekulina kye kutugasa.

Watya nga tulina okukkiriza kungi okwo okusobola okuseetula ensozi? Okuba n'okukkiriza okungi tekitegeeza kuba na kwagala kungi. Olwo lwaki obungi bw'okukkiriza tebukwatagana na bungi bwa kwagala mu ngeri y'emu? Okukkiriza kusobola okukula olw'okulaba obubonero n'eby'ewunyo n'emirimu gya Katonda. Peetero yalaba obubonero bungi obwakolebwa Yesu era olw'ensongo eno naye yasobola okutambula ku mazzi, wadde akaseera kaali katono, Yesu bwe yali atambulira ku mazzi. Naye mu kiseera ekyo Peetero yali talina kwagala kwa mwoyo kubanga yali tannafuna Mwoyo Mutukuvu. Yali tannakomola na mutima gwe nga yeggyako ebibi. Era, obulamu bwe bwe bwakangibwa nga wayise ekiseera, yeegaana Yesu emirundi essatu.

Tusobola okutegeera lwaki okukkiriza kwaffe kusobola okukula okuyita mw'ebyo bye tuyiseemu, naye okwagala okw'omwoyo kujja mu mitima gyaffe nga tumaze kufuba, n'okwewaayo, okweggyako ebibi byaffe. Naye tekitegeeza nti teri kukwatagana butereevu wakati w'okukkiriza okw'omwoyo n'okwagala. Tusobola okugezaako okweggyako ebibi era tusobola okugezaako okwagala Katonda n'emyoyo kubanga tulina okukkiriza. Naye awatali bikolwa okugezaako okufaanana Mukama n'okuteekateeka okwagala okutuufu, emirimu gyaffe eri obwakabaka bwa Katonda gijja kuba tegirina wegikwataganira na Katonda ne bwe tugezaako tutya okuba abeesigwa. Kibanga Yesu bwe yagamba, "Ne ndyoka mbaatulira nti Sibamanyangako mmwe, 'muve we ndi mwenna abakola eby'obujeemu'" (Matayo 7:23).

Okwagala Okuleeta Empeera Ez'omu Ggulu

Ebiseera ebisinga, omwaka bwe guba gunaatera okuggwako, ebitongole bingi n'abantu kinnoomu bawaayo ensimbi nga baziyisa mu mikutu gy'empuliziganya oba empapula z'amawulire okuyamba bakateyamba. Naye, kiki ekibaawo singa amanya gaabwe g'aba si gaakwogerwako mu mpapula z'amawulire oba ku mikutu gya Ttivvi oba Lediyo? Ebiseera ebisinga tejja kuba bitongole bingi oba abantu abakola okuwaayo kuno.

Yesu yagamba mu Matayo 6:1-2, "Mwekuumenga obutakoleranga bigambo byammwe eby'obutuukirivu mu maaso g'abantu, era babalabe, kubanga bwe munaakolanga bwe mutyo temuuweebwenga mpeera eri Kitammwe ali mu ggulu. Kale, bw'ogabiranga abaavu, teweefuuyiranga ng'ombe mu maaso go, nga bannanfuusi bwe bakola mu makung'aaniro ne mu nguudo, abantu babawe ekitiibwa, Mazima mbagamba nti Bamaze okuweebwa empeera yaabwe.' Bwe tuyamba abalala okusobola okufuna ekitiibwa okuva mu bantu, tusobola okuweebwa ekitiibwa okumala akaseera akatono, naye tetujja kufuna mpeera yonna okuva eri Katonda.

Okuwaayo kuno kubeera kwa muntu kuwulira bulungi oba okwewaana olw'ekyo. Omuntu bw'akola omulimu gw'obwannakyewa okutuukiriza omukolo, omutima gwe gujja kugenda guyimusibwa abantu gye banaakoma okumutendereza. Singa Katonda awa omuntu ow'ekika kino omukisa, ayinza okwetwala nti mutuukirivu mu maaso ga Katonda. Olwo nno, tajja kukomola mutima gwe, era kino kiba kya bulabe gyali. Bw'okola emirimu gy'obwannakyewa n'okwagala baliraanwa bo, Tojja kufaayo oba abantu abalala bakumanya oba nedda. Kiri bwe kityo lwakuba okkiriza nti Katonda Kitaffe oyo alaba mu kyama ajja kukuwa empeera (Matayo 6:3-4).

Emirimu gy'obwanakyewa mu Mukama tekuba kugaba bugabi ebintu ebyetaagibwa mu bulamu ng'engoye, emmere n'ew'okusula. Okusinga kiri mu kugaba emmere ey'omwoyo okusobola okulokola emyoyo. Olwaleero, oba bakkiriza mu Mukama oba nedda, abantu bangi bagamba nti omulimu gw'ekkanisa kwe kuyamba abalwadde, abaalekebwaawo, n'abaavu. Si kikyamu, naye ng'obuvunaanyizibwa bwe kanisa obusooka kwe kubuulira enjiri okulokola emyoyo gisobola okufuna eddembe mu mwoyo. Ekiruubirirwa ekisingirayo ddala mu mirimu egy'obwannakyewa kiri mu kurubirirwa kino.

N'olwekyo, bwe tuyamba abalala, kikulu nnyo ffe okukola omulimu omutuufu ogw'obwannakyewa nga tufuna okulung'amizibwa Okw'omwoyo Omutukuvu. Singa obuyambi obutali butuufu bubaako omuntu gwe buweebwa, kibeera kyangu eri omuntu oyo okuva ne ku Katonda. Mu mbeera esinga obubi, kiyinza n'okumutwala eri ekkubo ery'okuzikirira. Eky'okulabirako, bwe tuyamba abo abayavuwadde olw'okunywa ennyo n'okukuba zaala oba abali mu bizibu kubanga baawakanya okwagala kwa Katonda, awo obuyambi bujja kwongera kumukyamya bukyamya. Wabula tekitegeeza nti tetulina kuyamba abo abatali bakkiriza. Tulina okuyamba abatali bakkiriza nga tubatwalira okwagala kwa Katonda. Kyokka tetulina kwerabira nti ekigendererwa ekikulu eky'emirimu gy'obwannakyewa kwe kusaasaanya enjiri.

Bw'aba nga mukkiriza muggya alina okukkiriza okunafu, kikulu nnyo ffe okubazzaamu amaanyi okutuuka okukkiriza kwabwe bwe kukula. Olumu ne mw'abo abalina okukkiriza, mulimu abo abalina obulemu bwe baazaalibwa nabwo oba endwadde n'abalala abaaliko mu kabenje ebibalemesa okwebezaawo. So nga waliwo n'abatuuze ab'akulu kyokka nga babeera bokka oba abaana abalina okulabirira amaka gonna nga bazadde baabwe tebaliiwo. Abantu nga bano bayinza okuba mu bwetaavu obw'amaanyi obw'emirimu egy'obwannakyewa. Bwe tuyamba abantu nga bano abali mu bwetaavu bwe nnyini, Katonda ajja kukulaakulanya emmeeme zaffe era n'afuula ebintu byonna okututambulira obulungi.

Mu Bikolwa 10, Koneliya ye muntu eyafuna omukisa. Koneliya yatyanga nnyo Katonda era yayambanga nnyo Abayudaaya. Yali mukulu wa ggye, eggye ekkulu ennyo eryali lifuga Isiraeri. Mu mbeera ye kyandimubeeredde kizibu nnyo okuyamba abantu aba wansi mu kitundu. Abayudaaya bateekwa okuba nga baamwekengera olw'ebyo bye yali akola era ne banne balabika baamukolokotanga olw'ekyo kye yakola. Naye, olw'okuba yatyanga Katonda teyalekayo mirimu mirungi n'emirimu egy'obwannakyewa. Era Katonda yalaba emirimu gye gyonna, era n'asindika Peetero eri ennyumba ye okuba nti si bantu be bokka naye n'abo bonna beyabeeranga n'abo baafuna Omwoyo Omutukuvu n'obulokozi.

Si mirimu gya bwannakyewa gyokka gye girina okukolebwa n'okwagala okw'omwoyo wabula n'okuwaayo eri Katonda. Mu Makko 12, tusoma ku namwandu eyatenderezebwa Yesu kubanga yawaayo ekiweebwayo n'omutima gwe gwonna. Yawaayo ennusu bbiri zokka, nga ze zokka ze yali asigazzawo. Olwo, lwaki Yesu yamusiima? Matayo 6:21 wagamba, "...kubanga ebintu byo we bibeera, omutima gwo nagwo gye gubeera.' Nga bwe kyogera, namwandu bwe yawaayo konna ke yali asigazza okuba omulamu, kitegeeza omutima gwe gwonna gwali eri Katonda. Kyali kiraga nti okwagala kwe kwali eri Katonda. Okwawukana kw'ekyo, okuwaayo okukoleddwa ng'omuntu tasanyuse oba ng'alowooza nnyo ku balala kye bamulowoozaako tebisanyusa Katonda. Na bwe kityo, okuwaayo okwekika ekyo tekuyamba awaddeyo.

Kati katwogere ku kwewaayo. "Okuwaayo emibiri gyaffe okwokyebwa" wano kitegeeza "omuntu okwewaayo yenna.' Ebiseera ebisinga okwewaayo kukolebwa mu kwagala, naye ate kuyinza okukolebwa nga temuli kwagala. Olwo, okwewaayo omutali kwagala kwe kuli wa?

Okwemulugunya ku bintu ebyenjawulo oluvannyuma lw'okukola omulimu gwa Katonda kya kulabirako eky'okwewaayo awatali kwagala. Kwe kubeera nga otadde amaanyi go gonna, obudde ne sente ku mirimu gya Katonda, naye bwe wataba muntu yenna akimanya n'okukutendereza olwo ate n'owulira bubi era n'okyemulugunyaako. Kwe kuba nga bw'otunuulira abantu bwe mukola owulira nga bo tebafaayo nga gwe wadde nga bagamba nti bagala Katonda ne Mukama. Oyinza n'okwegamba muli nti banafu. Era ku nkomerero gwe obeera obakolokose n'okubasalira omusango. Endowooza eno ey'okwagala muli obusobozi bwo okulabibwa abalala, okwagala bakutendereze, okwewaana mu kwemanya nti oli mukkiriza. Okwewaayo okw'ekika kino kusobola okumenyawo eddembe mu bantu n'okuviirako okunakuwala ennyo ku lwa Katonda. Eyo yengeri okwewaayo okutaliimu kwagala bwe kutalina kikuvaamu.

Oyinza obuteemulugunya kungulu na bigambo. Naye bwe wabulawo asiima emirimu gyo egy'okufuba, ojja kuwulira bubi era olowooze nti toliimu ka buntu era bwe kutyo okufuba kwo eri Mukama kujja kuwola. Omuntu bwakoona ku nsobi oba ebitatuukiridde mu mirimu gy'okoze n'amaanyi go gonna, gye wakoze kumpi bulamu bwo ku bigenderamu, oyinza okuggwaamu amaanyi era n'onenya abo abayogedde ku mulimu gwo. Omuntu bw'abala ebibala okukusinga era n'atenderezebwa n'okwagalibwa abantu abalala, ofuna obuggya n'ensaalwa. Kale awo, ne bw'oba mwesigwa otya era ng'ofubye nnyo, Tosobola kufuna ssanyu lye nnyini mu ggwe. Oyinza n'okulekayo obuvunaanyizibwa bwo.

Era waliwo n'abalala abafuba ennyo nga waliwo ababalaba. Bwe w'aba tewali abalaba era nga tebakyayogerwako, banafuwa era emirimu gyabwe ne bagikola bitundutundu oba ne batagikola bulungi. Mu kifo ky'okukola egyo emirimu egitalabika kungulu, bagala nnyo okukola egyo gyokka egirabibwa ennyo abalala. Ekyo kibaawo olw'okwegomba okulaga ababakulira ne mu balala bangi basobole okubatendereza.

Kale omuntu alina okukkiriza ayinza atya okwewaayo awatali

kwagala? Kibaawo olw'okuba tebalina kwagala okw'omwoyo. Tebamanyi nnyini bo okukkiriza nti mu mutima gwabwe nti ebya Katonda byabwe nti era n'ebyabwe bya Katonda.

Eky'okulabirako, Tunuulira embeera za mirundi ebiri, nga waliwo omulimi akola mu nnimiro ye nga waliwo n'omupakasi akola mu nnimiro ey'omulala ng'asasulwa empeera. Omulimi akola mu nnimiro ye atuuyana okuva ku makya okutuuka akawungeezi nga teyeemulugunyiza. Talina mulimu gwalekayo era gyonna agikola bulungi awatali kulemererwa. Naye omupakisi akolera empeera bwakola mu nnimiro ey'omuntu omulala, teyeemalamu nnyo ng'akola emirimu, era abeerawo ng'asabirira obudde bugenderere mangu asobole okufuna empeera ye era adde ewaka. Bwe kityo bwe kiri ne mu bwakabaka bwa Katonda. Abantu bwe babeera tebalina kwagala eri Katonda mu mitima gyabwe, bajja kumukolera kungulu kwokka ng'abantu abaleeteddwa okupakasa bafune empeera. Bajja kwemulugunya bwe batafuna mpeera gye babadde basuubira.

Eyo yensonga lwaki mu Bakkolosaayi 3:23-24 wagamba, "Buli kye munaakolanga, mukolenga n'omwoyo, nga ku bwa Mukama waffe so si ku bwa bantu, nga mumanyi nga mulisasulibwa Mukama waffe empeera ey'obusika. muli baddu ba Mukama waffe Kristo.' Okuyamba abalala n'omuntu okwewaayo awatali kwagala kwa mwoyo tebirina we bikwatagana na Katonda, ekitegeeza tetusobola kufuna mpeera yonna okuva eri Katonda (Matayo 6:2).

Bwe tuba twagala okwewaayo n'omutima omutuufu, tulina okubeera n'okwagala okw'omwoyo mu mutima. Omutima gwaffe bwe gujjula okwagala okutuufu, tusobola okugenda mu maaso n'okuwaayo obulamu bwaffe eri Mukama na buli kyonna kye tulina, wadde abalala batusiima oba nedda. Nga omusubbaawa bwe gukolezebwa ne gumulisa awabadde ekizikiza, Tusobola okuwaayo ebyo byonna bye tulina. Mu Ndagaano Enkadde, Bakabona bwe battanga ensolo okugiwaayo eri Katonda ng'ekiweebwayo ekitangirira, baayiwanga omusaayi gwayo era ne bookya ennyama yaayo ku kyoto. Mukama waffe Yesu, ng'ekisolo ekiweebwayo ku lw'okunaazaawo ebibi byaffe, yayiwa omusaayi gwe gwonna n'amazzi okununula abantu bonna mu bibi byabwe. Yatulaga eky'okulabirako eky'okwewaayo okutuufu.

Lwaki okwewaayo Kwe kuleetedde emyoyo mingi okufuna obulokozi? Kiri bwe kityo lwakuba okwewaayo Kwe kwalimu okwagala okutuukiridde. Yesu yatuukiriza okwagala kwa Katonda okutuuka ku ssa ly'okuwaayo obulamu Bwe. Yeegayirira ku lw'emyoyo gyonna ne mu kaseera akasembayo ak'okukomererwa Kwe (Lukka 23:34). Olw'okwewaayo kuno okutuufu, Katonda yamugulumiza era n'amuwa ekifo ekisingayo ekitiibwa mu Ggulu.

Kale, mu Bafiripi 2:9-10 wagamba, "Era Katonda kyeyava amugulumiza ennyo n'amuwa erinnya liri erisinga mannya gonna, buli vviivi lifukaamirirenga erinnya lya Yesu, ery'eby'omu ggulu n'eby'oku nsi n'ebya wansi w'ensi.'

Bwe tweggyako obutaagaliza n'okwegomba okutasaana n'okwewaayo n'omutima omulongoofu nga Yesu, Katonda ajja kutugulumiza era atutwale eri ebifo ebya waggulu. Mukama waffe asuubiza mu Matayo 5:8, "Balina omukisa abalina omutima omulongoofu, kubanga abo baliraba Katonda.' N'olwekyo, tujja kufuna omukisa tube nga tusobola okulaba Katonda maaso ku maaao.

Okwagala Okussukuluma Obwenkanya

Omusumba Yang Won Sohn ayitibwa 'Bbomu ey'okwagala.' Yalaga eky'okulabirako eky'okwewaayo okukoleddwa mu kwagala okw'amazima. Yalabirira abagenge n'amaanyi ge gonna. Era yasuulibwa ne mukomera olw'okugaana okusinza mu masabo g'abakatonda b'entalo wansi w'obufuzi bw'aba Japani mu Korea. Wadde yali yeewaddeyo nnyo mu mirimu gya Katonda, yalina okuwulira amawulire agatiisa. Mu mwezi gw'ekkumi omwaka 1948, batabani be babiri battibwa abasirikale b'omukono ogwa kkono nga beekalakaasa eri obufuzi bw'ekiseera ekyo.

Omuntu omulala yenna yandyemulugunyizza eri Katonda ng'agamba, "Bw'aba nga ddala Katonda mulamu, ayinza atya okunkola ekintu nga kino?" Wabula yeebaza bwebaza nti batabani be battibwa ng'abajjulizi nti era baali mu Ggulu awo kumpi ne Mukama. Era, n'asonyiwa omuyeekera eyatta abaana be era n'atandika okubeera naye nga mutabani we. Yeebaza Katonda mu bintu mwenda mu kuziika batabani be ebyakwata ennyo ku mitima gy'abantu.

"Ekisookera ddala, Nneebaza olw'abaana bange okufuuka abajulizi kubanga bali mu lunyiriri lwange, wadde nga nzijjudde obunafu bungi.

Eky'okubiri, Nneebaza Katonda nti wadde amaka g'abakkiriza mangi, nze gwe y'awa ab'omuwendo bano okubeera nga b'ava mu maka gange.

Eky'okusatu, Nneebaza nti omwana wange omubereberye

n'ow'okubiri bombi batwaliddwa, nga bebabadde basinga obulungi mu batabani bange abasatu ne bawala bange abasatu.

Eky'okuna, olaba omwana omu kizibu okufuuka omujulizi, naye nze nina babiri abafuuse abajulizi, Ekyo nkyebaliza Katonda.

Eky'okutaano, guba mukisa okufa mu ddembe n'okukkiriza mu Mukama Yesu, era neebaza nti baafuna ekitiibwa eky'obujulizi kubanga baakubwa amasasi bwe baali babuulira enjiri.

Eky'omukaaga, baali beetegeka kugenda mu Amerika kweyongerayo kusoma, ate kati bagenze mu bwakabaka obw'omu ggulu, Nga kifo kisingira ddala Amerika. Mpulira nga mpewuse era neebaza.

Eky'omusanvu, Nneebaza Katonda eyansobozesa okutandika okubeera n'omwana gwe ntwala ng'owange, so nga ye mulabe eyatta batabani bange.

Eky'omunaana, Nneebaza kubanga nzikiriza nti wajja kubaayo ebibala bingi eby'omu ggulu okuyita mu kufa kw'abatabani bange ababiri ng'abajjulizi.

Eky'omwenda, Nneebaza Katonda eyansobozesa okutegeera okwagala kwa Katonda okuba nga nsobola okusanyuka ne mu mbeera eno enzibu.'

Mu kulabirira abantu abalwadde, Musumba Yang Won Sohn teyalekayo n'omulundi gumu bwe guti mu biseera by'olutalo mu

Korea. Era ekyavaamu yattibwa abasirikale ba Nakalyako ani. Yalabirira abalwadde abaali balekeddwawo ttayo, era mu bulungi yalabirira omulabe we eyali asse batabani be. Yasobola okwewaayo mu ngeri gye yeewayo kubanga yali ajjudde okwagala okwa nnama ddala eri Katonda n'emyoyo emirala.

Mu Bakkolosaayi 3:14 Katonda atugamba, "Ku ebyo byonna era mwambale okwagalana, kye kintu ekinyweza okutuukirira.' Ne bwe twogera ebigambo ebirungi eby'abamalayika n'okuba n'obusobozi okuwa obunnabbi n'okukkiriza okuseetula ensozi, ne twewaayo ku lw'abo abeetaaga, ebikolwa ebyo tebituukiridde mu maaso ga Katonda kasita biba nga tebikoleddwa mu kwagala okutuufu. Kati, katweyongereyo mu buli makulu ag'okwagala okwannama ddala okusobola okukutuusa ku mutendera gw'okwagala kwa Katonda okutaliiko kkomo.

Embala Z'okwagala

"Okwagala kugumiikiriza, kulina ekisa, okwagala tekuba na buggya, okwagala tekwekulumbaza, tekwegulumiza, tekukola bitasaana, tekunoonya byakwo, tekunyiiga, tekusiba bubi ku mwoyo, tekusanyukira bitali bya butuukirivu, naye kusanyukira wamu n'amazima, kugumiikiriza byonna, kukkiriza byonna, kusuubira byonna, kuzibiikiriza byonna.'
1 Abakkolinso 13:4-7

Mu Matayo 24, waliwo we tusanga nga Yesu yali akungubaga ng'atunuulira Yerusaalemi, ng'akimanyi nti ekiseera Kye kyali kumpi. Yali alina okuwanikibwa ku musaalaba mu kigendererwa kya Katonda, naye bwe yalowooza ku bibonoobono ebyali bigenda okujjira Abayudaaya ne Yerusaalemi, Yali tayinza kwebeera kukungubaga. Abayigirizwa ne beewunya lwaki era ne bamusaba ababuulira: "Tubuulire bino we biribeererawo n'akabonero ak'okujja kwo bwe kaliba, n'ak'emirembe gino okuggwaawo" (olu. 3).

Era, Yesu yabagamba ku bubonero bungi era mu nnaku n'abagamba nti okwagala kujja kuwola: "era kubanga obujeemu buliyinga obungi, okwagala kw'abasinga obungi kuliwola" (olu. 12).

Leero, tusobola okukiwulirira ddala nti okwagala kw'abantu kuwoze. Abantu bangi banoonya okwagala, naye tebamanyi okwagala okw'amazima bwe kufaanana, okwo okwagala okw'omwoyo. Tetuyinza kufuna kwagala kwa ddala kubanga twagala okukufuna. Tusobola okutandika okukufuna kasita okwagala kwa Katonda kutandika okujja mu mitima gyaffe. Olwo nno tusobola okutandika okulaba ekyogerebwa era ne tutandika okweggyako obubi okuva mu mitima gyaffe.

Abaruumi 5:5 wagamba, "...nate okusuubira tekukwasa nsonyi, kubanga okwagala kwa Katonda kufukiddwa ddala mu mitima gyaffe, ku bw'Omwoyo Omutukuvu gwe twaweebwa.' Nga bwe kigamba, tusobola okuwulira okwagala kwa Katonda okuyita mu Mwoyo Omutukuvu mu mitima gyaffe.

Katonda atubuulira buli mbala ey'okwagala okw'omwoyo mu 1 Bakkolinso 13:4-7. Abaana ba Katonda bateekeddwa okuyiga embala zino n'okuzitambuliramu basobole okufuuka ababaka b'okwagala abasobola okuwuliza abantu okwagala okw'omwoyo.

 1. Okwagala Kugumiikiriza

Omuntu bw'abula obugumiikiriza, mu mbala zonna ez'okwagala okw'omwoyo, kimwanguyira nnyo okumalamu abalala amaanyi. Katugambe waliwo omukulu awadde omuntu omulimu okukola, kati omuntu oyo omulimu n'atagukola bulungi. Kale, omukulu amangu ddala omulimu n'aguwa omuntu omulala agumalirize bulungi. Omuntu gwe baasoose okuwa omulimu ayinza okuwulira obubi ennyo obutaweebwa mukisa mulala okusobola okutereeza ekyo kye yakoze obubi. Katonda ataddewo 'okugumiikiriza' nga embala esooka ey'okwagala okw'omwoyo kubanga yesookerwako okusobola okuteekateeka okwagala okw'omwoyo. Bwe tuba n'okwagala, okulinda tekutukooya.

Bwe tutegeera okwagala kwa Katonda, tugezaako okugabana okwagala okwo n'abantu abalala abatwetoolodde. Olumu bwe tugezaako okwagala abalala mu ngeri eno, Kye tufuna mu kyo kitera okutubeerera ekibi ennyo okuva mu bantu ekiyinza okutuwuliza obubi ennyo oba okutuviirako okufiirwa oba okutuleetera ebizibu. Olwo nno, abantu abo tebajja kuddamu kwagala, era tujja kuba nga tetubategeera bulungi. Okuba n'okwagala okw'omwoyo, tulina okubeera abagumiikiriza n'abo n'okwagala abantu abo. Wadde batuwaayiriza, batukyaye, oba okugezaako okutukaluubiriza awatali nsonga, tulina okufuga endowooza zaffe nga tuba bagumiikiriza n'okusigala nga tubagala.

Waliwo memba w'ekkanisa olumu eyansaba nsabire ekiyongobero kya mukyala we. Era n'ang'amba nti yaliko omutamiivu nti era bwe yatandikanga okunywa ng'akyukira ddala era ng'abantu bonna awaka abafuukira ekizibu. Naye mukyala we yamugumiikiriza era ensobi ze n'azibika n'okwagala. Naye emize gye tegyakyuka, era bwe waayitawo ekiseera n'afuukira ddala lujuuju. Mukyala we n'aggwamu amaanyi era bwatyo kwe kubeera omuyongobevu bulijjo.

Yakalubiriza nnyo ab'omu maka ge olw'okunywa, naye yajja gyendi musabire kubanga yali akyayagala mukyala we. Bwe n'awulira ebimukwatako, ne mugamba, "Bw'oba nga ddala oyagala mukyala wo, olwo lwaki okiraba nti kizibu okuva ku mwenge ne sigala?" Teyaddamu kigambo kyonna era n'alabika nga ateekakasa mu ye. N'ensasira ab'omu maka ge. Era n'ensabira mukyala we ave mu kiyongobero, era ne musabira afune amaanyi okuva ku mwenge ne sigala. Amaanyi ga Katonda g'ewunyisa! Nga n'akamusabira bwe nti, yalekerawo okulowooza ku mwenge. Nga tekinnatuukawo ekyo waali tewaliwo ngeri yonna gye yali asobola kuva ku mwenge, naye yaguviirako awo bwe n'amusabira. Ne mukyala we naye n'addamu obulamu.

Okuba Omugumiikiriza Yentandikwa Y'okwagala Okw'omwoyo

Okuteekateeka okwagala okw'omwoyo, twetaaga okuba abagumiikiriza n'abantu abalala mu mbeera yonna. Owulira ng'abonaabona mu kugumiikiriza kwo? Oba, obeera nga omukyala gwe mbanyumirizaako mu lugero, oggwamu amaanyi singa ogumiikirizza okumala ebbanga ddene kyokka ng'embeera tekyukako? Kati nno, nga tonnateeka musango ku muntu mulala yenna, tulina okukebera emitima gyaffe okusooka. Bwe tuba nga tuteeseteese amazima mu mutima gwaffe mu bujjuvu, w'aba tewali mbeera yonna eyinza kutulemesa kuba bagumiikiriza. Kwe kugamba, Bwe tuba tetusobola kuba bagumiikiriza, kitegeeza nti mu mitima gyaffe mukyalimu obubi, nga buva ku gatali mazima, gye tukoma obutaba bagumiikiriza.

Okuba abagumiikiriza kitegeeza twegumiikiriza ffe ffe nnyini ne mu mbeera zonna ze tusisinkana bwe tugezaako okulaga okwagala okutuufu. Wayinza okubaawo embeera enzibu bwe tugezaako okwagala buli omu mu ngeri y'okugondera Ekigambo kya Katonda, era kuba kugumiikiriza okw'omwoyo okuba omugumiikiriza mu mbeera zonna.

Okugumiikiriza kuno kwa njawulo ku kugumiikiriza okw'ebibala eby'Omwoyo Omutukuvu omwenda mu Baggalatiya 5:22-23. Kwa njawulo kutya? "okugumiikiriza" okumu kw'ebyo ebibala eby'Omwoyo Omutukuvu kutukubiriza okugumikiriza byonna olw'obwakabaka n'olw'obutuukirivu bwa Katonda so nga okugumiikiriza mu kwagala okw'omwoyo kwe kugumiikiriza okuteekateeka okwagala okw'omwoyo, era n'olwekyo kulina amakula matono era nga gali ku nsonga. Tuyinza okugamba kuli

Okugumiikiriza nga bwe kuli mu Bibala Omwenda eby'Omwoyo Omutukuvu	1. Kwe kweggyako agatali mazima gonna n'okuteekateeka omutima n'amazima 2. Kwe kutegeera abalala, okunoonya ebyabwe, n'okuba mu miremba n'abo 3. Kwe kufuna okuddibwamu eri okusaba, obulokozi, n'ebintu Katonda bye yasuubiza

mu kugumiikiriza okumu ku bibala omwenda eby'Omwoyo Omutukuvu.

Ennaku zino, abantu kibanguyira nnyo okuggula ku balala emisango mu mbuga z'amateeka olw'okuba babaleseeko obulabe wadde butono nnyo oba ku bintu byabwe. Waliwo emisango mingi egiguddwa ku bantu mu bantu. Ebiseera bingi baggula emisango ku bakyala baabwe oba abaami baabwe, oba ku bazadde baabwe bennyini oba ku baana baabwe. Bw'oba omugumiikiriza n'abalala, abantu bayinza n'okukujerega nti oli musiri. Naye Yesu agamba atya?

Mu Matayo 5:39 wagamba nti, "Naye nange mbagamba nti, temuziyiza nga mubi, naye omuntu bw'akukubanga oluba olwa ddyo, omukyukizanga n'olwa kkono," ne mu Matayo 5:40, "Omuntu bw'ayagalanga okuwoza naawe okutwala ekkanzu yo, omulekeranga n'ekizibaawo kyo.'

Yesu takoma kutugamba obutasasula bubi na bubi, wabula okuba abagumiikiriza. Era atugamba okukolera ebirungi n'abantu ababi. Tuyinza okulowooza, 'Tuyinza tutya okubakolera ebirungi bwe tuba nga tunyiize nnyo era nga tulumiddwa nnyo?' Bwe tuba n'okukkiriza n'okwagala, tuba beetegefu nnyo okukikola. Kwe kukkiriza mu kwagala kwa Katonda oyo atuwadde Omwana We omu yekka ng'omutangirizi w'ebibi byaffe. Bwe tukkiriza nti tufunye okukkiriza okw'ekika kino, olwo nno tusobola okusonyiwa n'abo abaatuleetera obulumi obungi n'ebisago. Bwe twagala Katonda oyo eyatwagala okutuuka ku ssa ly'okuwaayo Omwana We omu yekka ku lwaffe, era bwe twagala Mukama oyo atuwadde obulamu Bwe ku lwaffe, tujja kuba tusobola okwagala omuntu yenna na buli muntu yenna.

Okugumiikiriza Okutaliiko Kkomo

Abantu abamu batereka munda obukyayi bwabwe, obusungu n'ebirowoozo ebibi okutuuka obugumiikiriza bwabwe bwe buggwaawo era ne baabika. Abantu abamu abalina ensonyi tebamala gogera kye bawulira munda wabula n'ebabonaabonera muli munda mu mutima, kino kiviirako endwadde eziva ku birowoozo ebingi. Obugumiikiriza buno kiba nga bw'onokatira seppulingi n'omukono gwo. Bw'oggyako omukono, ejja kubuuka mu bbanga.

Ekika ky'obugumiikiriza Katonda bw'ayagala tube n'abwo kwe kubeera abagumiikiriza okutuuka ku nkomerero awatali kukyukakyuka kwonna mu ndowooza. Okutuuka ku nsonga, bwe tuba n'obugumiikiriza obw'ekika kino, tetulina kuba na bagumikiriza mukintu kyonna. Tujja kuba tetutereka bukyayi mu ffe n'empalana mu mitima gyaffe, wabula tujja kweggyamu embala y'obubi bwonna ezitureetera okuwulira obubi tuzikyuse zifuuke okwagala n'okusaasira. Gano ge makulu g'obugumiikiriza obw'omwoyo. Bwe tuba nga tetulina bubi bwonna mu mitima gyaffe wabula nga tulina okwagala okw'omwoyo mu bujjuvu bwakwo, si kizibu ffe okwagala n'abalabe baffe. Era amazima gali nti, tetujja na kukkiriza bukyayi bwonna kujja mu mitima gyaffe.

Omutima gwaffe bwe guba gujjudde obukyayi, okuyomba obuggya n'ensaalwa, tujja kuba tusooka kulaba bibi biri ku bantu abalala, wadde nga balina omutima omulungi. Kibanga bw'oyambala galubindi buli kimu kibanga kiddugavumu. Ku ludda olulala, wabula, emitima gyaffe bwe giba gijjudde okwagala, olwo n'abantu abalina obubi bajja kusigala nga balabika bulungi. Wadde balina obunafu, ensobi, emisango gye baali bakoze, tetusobola kubakyawa. Wadde baali tebatwagala era ne batuyisa bubi, tetujja naffe kubakyawa.

Obugumiikiriza era buli ne mu mutima gwa Yesu oyo 'atakutula lumuli lumenyese wadde okuzikiza akasubbaawa akanaatera okuzikira.' Kuli mu mutima gwa Stefano oyo eyasabira n'abo abaali bamukuba amayinja ng'agamba, "Mukama wange, tobabalira kibi kino!" (Ebikolwa 7:60) Baamukuba amayinja kubanga yababuulira enjiri. Kyali kizibu eri Yesu okwagala ab'onoonyi? Wadde n'akatono! Kiri bwe kityo lwa kuba omutima Gwe ge mazima gennyini.

Olunaku lumu Peetero yabuuza Yesu ekibuuzo. "Mukama wange, muganda wange bw'annyonoonanga, nnaamusonyiwanga emirundi emeka? okutuusa emirundi musanvu?" (Mataayo 18:21) Awo Yesu n'amugamba nti, "Sikugamba nti okutuusa emirundi musanvu, naye nti okutuusa emirundi ensanvu emirundi omusanvu" (olu. 22).

Kino tekitegeeza nti tulina kusonyiwa nsanvu emirundi musanvu, nga gye mirundi 490. Musanvu mu makulu ag'omwoyo kabonero akalaga okutuukirira. N'olwekyo, okusonyiwa emirundi nsanvu emirundi musanvu kiyimirirawo okutegeeza okusonyiwa okutuukiridde. Tusobola okuwulira okwagala okutaliiko kkomo n'okusonyiwa kwa Yesu.

Okugumiikiriza Okutuukiriza Okwagala Okw'omwoyo

Kituufu si kyangu okukyusa obukyayi bwaffe ne bufuuka okwagala mu kiro kimu. Tulina okuba abagumiikiriza okumala ekiseera ekiwanvu, obutalekaayo. Abaefeso 4:26 wagamba, "Musunguwalenga so temwonoonanga, enjuba eremenga okugwa ku busungu bwa mmwe.'

Wano ky'ogera nti 'musunguwalenga' ng'ayogera eri abo abalina okukkiriza okutono. Katonda agamba abantu abo nti ne bwe baba banyiize olw'okubulwa kwabwe okukkiriza, tebalina kutereka busungu bwabwe enjuba ereme okugwa ku busungu bwabwe, kwe kugamba 'okumala ekiseera ekiwanvu', naye baganye obusungu obwo okugenda. Mu buli kigera kya buli muntu eky'okukkiriza, omuntu ne bw'aba n'obusungu obuvuddeyo okuva mu mutima gwe, bwagezaako okweggyako obusungu obwo n'okugumiikiriza saako oguguma, asobola okukyusa omutima gwe ne gufuuka ogw'amazima era okwagala okw'omwoyo kujja kukula mu mutima gwe mpola mpola.

So ng'ate embala y'ekibi eyasimba munda ddala mu mutima, omuntu asobola okugyeggyako ng'afuba okusaba n'obujjuvu bw'Omwoyo Omutukuvu. Kikulu nnyo nti tutunuulira abantu be tutayagala n'okwagala era tubalage ebikolwa eby'obulungi. Bwe tukola ekyo, obukyayi mu mutima gwaffe bujja kugenda buvaawo, era tujja kutandika okwagala abantu abo. Tetujja kuba na kukuubagana era tewajja kuba muntu gwe tutayagala. Tujja na kusobola okubeera mu bulamu obusanyufu nga bwe kiri mu Ggulu nga Mukama bw'ayogera nti, "Laba, obwakabaka bwa Katonda buli munda yammwe" (Lukka 17:21).

Abantu bagamba nti balinga abali mu ggulu bwe basanyuka ennyo. Mu ngeri y'emu, obwakabaka obw'omu ggulu okubeera munda yaffe kitegeeza okuba nga weggyako agatali mazima gonna okuva mu mutima n'okugujjuza n'amazima, okwagala n'obulungi. Kale oba teweetaaga kubeera mugumiikiriza, kubanga bulijjo obeera musanyufu era ng'ojjudde ekisa, era olw'okuba buli omu akwetoolodde omwagala. Gy'okoma okusuula eri obubi n'okutuukiriza obulungi, gy'okoma obuteetaaga kuba mugumiikiriza. Gy'okoma okutuukiriza okwagala okw'omwoyo, tojja kwetaaga kubeera mugumiikiriza ng'okweka ekyo ky'owulira; ojja kusobola okulinda mu mirembe abalala n'abo okukyuka n'okwagala.

Mu Ggulu teri maziga, teri nnaku, teri na bulumi. Olw'okuba teri bubi bwonna wabula obulungi bwoka n'okwagala mu Ggulu, tojja kukyawa muntu yenna, wadde okusunguwalira omuntu oba okubwatukira omuntu omulundi gumu. Kale, ojja kuba teweetaaga kutereka bintu munda mu ggwe. Kituufu Katonda waffe talina kubeera mugumiikiriza mu kintu kyonna kubanga Ye yennyini kwagala. Ensonga lwaki Bayibuli egamba nti 'okwagala kugumiikiriza' kiri bwe kityo lwakuba, ng'abantu, tulina emmeeme n'ebirowoozo n'ebyo bye tulowooza nti bye bituufu. Katonda ayagala okuyamba abantu okutegeera. Gy'okoma okusuula eri obubi, era n'otuukiriza obulungi, gy'okoma obuteetaaga kugumiikiriza.

Okukyusa Omulabe N'afuuka Mukwano gwo Okuyita mu Kugumiikiriza

Abraham Lincoln, omukulembeze w'eggwanga lya Amerika ow'ekkumi n'omukaaga, ne Edwin Stanton baali tebakwatagana nga bakyali bannamateeka. Stanton yava mu maka magagga era nga yali yasomera mu masomero malungi. Taata wa Lincoln yali mutunzi wa ngato era nga teyamala nakusoma ku ddala erisooka. Stanton yajereganga Lincoln n'ebigambo ebikambwe. Naye

Lincoln teyasunguwala, era teyamuddangamu bubi.

Oluvvanyuma nga Lincoln alondeddwa nga omukulembeze w'eggwanga, n'alonda Stanton nga omuwandiisi omukulu avunaanyizibwa ku by'entalo, nga kye kimu ku bifo ebyali ebya waggulu mu lukiiko olufuzi. Lincoln yamanya nti Stanton ye yali omuntu omutuufu. Era oluvannyuma, Lincoln bwe yakubibwa amasasi mu kisenge omulagibwa emizannyo ekya Ford, abantu bangi badduka okuwonya obulamu bwabwe. Naye Stanton yadduka butereevu eri Lincoln. Ng'akute Lincoln mu mikono gye era ng'amaaso ge gajjudde amaziga yagamba nti, "Wuuno omusajja asingayo obulungi okusinziira ku bantu mu nsi yonna. Ye mukulembeze asinga obulungi mu byafaayo.'

Obugumiikiriza mu kwagala okw'omwoyo kusobola okuleeta eby'amagero abalabe ne bafuuka emikwano. Matayo 5:45 wagamba, "…mulyoke mubeerenga abaana ba Kitammwe ali mu ggulu, kubanga enjuba ye agyakiza ababi n'abalungi, abatonnyeseza enkuba abatuukirivu n'abatali batuukirivu.'

Katonda mugumiikiriza n'eri abo abakola obubi, Ng'ayagala olunaku lumu bakyuke. Bwe tuyisa abantu ababi mungeri embi, kitegeeza nti naffe tuli babi, naye bwe tubeera abagumiikiriza era ne tubagala nga bwe tutunuulira Katonda oyo ajja okutusasula empeera, tujja kufuna ebifo eby'okubeeramu mu ggulu ebirungi gye bujja (Zabuli 37:8-9).

2. Okwagala Kulina Ekisa

Mu ba Aesop abe Fables waliwo olugero ku njuba n'empewo. Olunaku lumu enjuba n'empewo byawakana ku ani ajja okusooka okuggyamu ekkooti y'omuntu singa omu ku bbo anaaba ayitawo. Empewo ye yasooka okuyitawo, era yajja n'amaanyi n'eryoka ekunta n'amaanyi era n'esuula omuti. Omuntu ne yeezingirira nnyo mu kikooti kye. Awo, enjuba n'eddako, nga bw'emwenya, era mu mpola n'efulumya akasana. Era obudde bwe bwabuguma, omuntu n'awulira ebbugumu era ekikooti kye n'akiggyako.

Olugero luno luwa eky'okuyiga ekirungi ennyo. Empewo yagezaako okukaka omuntu okweggyako ekikooti, naye enjuba yaleetera omuntu okweggyako ekikooti nga yeeyagalidde. Ekisa kifaanana bwe kiti. Ekisa kwe kukwata n'okufuna omutima gw'abalala wabula si n'amaanyi agalabibwa, naye n'obulungi n'okwagala.

Ekisa Kikkiriza Omuntu Yenna

Oyo alina ekisa asobola okukkiriza omuntu yenna, era abantu bangi bawummula waali. Amakulu g'ekisa mu nkuluze 'ye mbala n'ekikulu eky'okuba n'ekisa' era okuba n'ekisa kwe kuba n'embala egumiikiriza ennyo. Bw'olowooza ku ppamba, osobola okutegeera ekisa obulungi. Ppamba taleekaana ebintu ebirala ne bwe bimugwako. Ayaniriza ebintu ebirala byonna.

Era, omuntu ow'ekisa alinga omuti abantu abangi mwe bawummulira. Bw'ogenda wansi w'omuti ng'omusana mungi ogweggame, osobola okuwulira obulungi ennyo n'akawewo ne kakufuuwako. Mu ngeri y'emu, omuntu bw'aba n'omutima

Embala Z'okwagala

ogw'ekisa, abantu bangi babeera bagala kubeera kumpi n'omuntu oyo bawummule. Ebiseera ebisinga, omuntu bw'abeera n'ekisa kingi era nga mukwata mpola nga tatera kunyiiga na muntu yenna wadde amusumbuye, era nga takalambira ku birowoozo bye, bagamba nti muntu mulamu era wakisa. Naye obuntu bulamu obwo, Katonda bw'aba takkiriziganya n'abwo, tasobola kugambibwa nti ddala muntu mulamu. Waliwo abamu abagondera abalala obulungi kubanga banafu era tebasobola kwerwanako. Waliwo abalala abakweka obusungu bwabwe nga babanyiizizza. Naye tebasobola kugambibwa nti ba kisa. Abantu abatalina bubi wabula nga balina kwagala kwokka mu mutima gwabwe bakkiriza era ne bagumira abantu ababi mu buntu bulamu obw'omwoyo.

Katonda Ayagala Ekisa Eky'omwoyo

Ekisa eky'omwoyo kiva mu bujjuvu obw'okwagala okw'omwoyo omutali bubi bwonna. N'ekisa kino eky'omwoyo towakanya muntu yenna wabula okumukkiriza, ne bw'aba talinamu mazima gonna mu ye. Era, omugumira kubanga gwe oli mugezi. Naye tulina okujjukira nti tetusobola kutwalibwa nti tuli bakisa olw'okuba tutegeera abantu abalala mu mbeera yonna era ne tubasonyiwa nti era abantu abalala tubakwata bulungi. Tulina n'okuba n'obutuukirivu, amazima n'obuyinza okuba nga tusobola okulung'amya abalala obulungi. Kale, omuntu ow'ekisa eky'omwoyo si mukakkamu kyokka, wabula abeera mugezi era nga mwesimbu. Omuntu ow'ekika ekyo atambula ng'eky'okulabirako. Okugyayo obulungi ekisa eky'omwoyo, kwe kuba n'obuntubulamu mu mutima munda saako okuba ng'oli mwetegefu okugaba ne kungulu.

Wadde tulina omutima ogw'ekisa nga tetulina bubi mu ffe wabula obulungi obwereere, n'obuntu bulamu obw'omunda bwokka, tebitusobozesa kwaniriza balala n'okubalung'amya obulungi. Kale, bwe tutaba na kisa kya munda kyokka, wabula n'ambala ey'okungulu ey'okuba omwetegefu okugaba essaawa yonna, ekisa kyaffe kisobola okutuukirira era ne tulaga amaanyi amangi. Bwe tuba n'omutima omugabi nga guli wamu n'omutima gwaffe ogw'ekisa, tusobola okukwata ku mitima gya bangi era ne tutuukiriza ebintu bingi ddala.

Omuntu asobola okulaga abalala okwagala okwa nnamaddala bw'aba n'obulungi n'omutima ogw'ekisa, n'obujjuvu bw'okusaasira, saako omutima omugabi okusobola okulung'amya abalala eri ekkubo ettuufu. Olwo, abeera asobola okulung'ama emyoyo mingi eri ekkubo ery'obulokozi, nga lye kkubo ettuufu. Ekisa eky'omunda ettaala z'akwo tezisobola kumulisa kitangaala kyakwo nga tekuli bugabi obw'okungulu. Kati, katusooke tutunuulire kye tulina okusooka okukola okusobola okuteekateeka ekisa eky'omunda.

Ekipimo Eky'okupima Ekisa Eky'omunda bwe Bulongoofu

Okusobola okutuukiriza ekisa, okusooka byonna, tulina okweggyako obubi bwonna okuva mu mutima era tufuuke abalongoofu. Omutima ogw'ekisa gulinga ppamba, wadde omuntu yeeyisizza bubi nnyo gyali, taleekana wabula ayaniriza bwaniriza omuntu oyo. Oyo alina omutima ogw'ekisa tabeera na bubi bwonna mu ye era abeera takuubagana na muntu yenna. Naye bwe tuba n'omutima omukambwe ogujjudde obukyaayi, obuggya n'ensaalwa oba omutima omukakanyavu ogulaba nti gutambulira mu butuukirivu olw'ebyo omuntu bye yasalawo nti bye bituufu, kibeera kizibu ffe okusembeza abantu.

Ejjinja bwe ligwa wansi ku jjinja eddala oba ku kyuma ekinene, lireekaana era lyekoonako bwekoonyi ne lidda. Mu ngeri y'emu, omubiri mu ffe bwe guba nga gukyali mulamu nnyo, twoleka okuba nga tetuteredde abalala ne bwe baba batukalubirizaamu katono. Abantu bwe balabibwa ng'abalina obunafu mu nneeyisa yaabwe oba nga balina ensobi endala, tuyinza obuteekomako, okubakuuma oba okugezaako okubategeera wabula ne tudda mu kubasalira emisango, okubakolokota, okuboogerako oba okubawaayiriza. Olwo kitegeeza nti tulinga ekibya ekitono ennyo, ekibimba amangu ddala singa kiba kirina ekikiteereddwamu.

Guba mutima mutono ogujjudde ebintu ebibi bingi nga tewakyali kifo kirala kyonna okuyingiza ekintu ekirala kyonna. Eky'okulabirako, tusobola okuwulira obubi singa abalala basonga ku nsobi zaffe. Oba, bwe tulaba abalala nga baliko obwama bwe beekuba, tuyinza okulowooza nga batwogerako era ne twebuuza kye bali mu kwogerako. Tuyinza n'okusalira abalala emisango olw'okuba batutunuddeko.

Okuba nga tolina bubi mu mutima ke kakwakkulizo akasookerwako okusobola okuteekateeka ekisa. Ensonga eri nti bwe w'aba nga tewali bubi bwonna tusobola okutwala abalala nga ba muwendo mu mutima gwaffe era tusobola okubatunuulira okuyita mu bulungi n'okwagala. Omuntu ow'ekisa atunuulira abalala n'okusaasira ekiseera kyonna. Abeera talina kigendererwa kyonna kya kukolokota oba okusalira abalala omusango; agezaako okutegeera abalala mu kwagala n'obulungi, n'emitima gy'abantu ababi gijja kusaanuuka olw'ebbugumu lye.

Kikulu nnyo abo abasomesa abalala n'okubalung'amya okuba abalongoofu. Gye bakoma okuba n'obubi, bajja kukozesa ebirowoozo byabwe eby'omubiri. Era mu kigera ekyo eky'obubi mwe batambulira, tebasobola kwawulawo bulungi mbeera ekisibo mwe kiri, ne b'aba nga tebasobola kulung'amya myoyo okudda eri omuddo omulungi n'amazzi amateefu. Tusobola okufuna okulung'amizibwa kw'Omwoyo Omutukuvu era ne tutegeera embeera ekisibo kyerimu obulungi ennyo, okusobola okubakulembera mu ngeri esingayo obulungi singa tuba tulongooseddwa mu bujjuvu. Katonda era akkiriza abo bokka abalongooseddwa okubeera n'ekisa ekya ddala. Abantu ab'enjawulo balina ebipimo eby'enjawulo kwe bapimira ekika ky'abantu abalina ekisa. Naye ekisa mu maaso g'abantu n'ekyo mu maaso ga Katonda kya njawulo ku kinaakyo.

Katonda Yakkiriza Ekisa kya Musa

Mu Bayibuli, Musa yakkirizibwa Katonda olw'ekisa kye. Tusobola okuyiga engeri gye kiri ekikulu okusiimibwa Katonda okuva mu Kubala Essuula eye 12. Olumu muganda wa Musa Alooni ne mwannyina Miriam baakolokota Musa olw'okuwasa omukazi Omukuusi.

Okubala 12:2 woogera nti, "...ne boogera nti, 'Mazima MUKAMA yayogera ne Musa yekka? era teyayogera naffe?' MUKAMA n'abawulira.'

Katonda yagamba ki ku kye baayogera? "Oyo naayogeranga naye kamwa n'akamwa, mu lwatu, so si mu bigambo bya ngero, n'okufaanana kwa MUKAMA anaakulabanga, kale ekyabalobera ki okutya okwogera obubi ku muddu wange, ku Musa?" (Okubala 12:8)

Okukolokota kwa Alooni ne Miriam eri Musa kwanyiiza Katonda. Olwa kino Miriam yafuuka mugenge. Alooni yalinga ye yali omwogezi wa Musa so nga Miriam naye yali omu ku bakulembeze b'ekibiina. Baalowooza nti n'abo baali bayagalibwa nnyo n'okusiimibwa Katonda, era bwe baalowooza nti Musa yali alina ekikyamu kyakoze amangu ago ne batandika okumukolokota.

Katonda teyakkiriza ekya Alooni ne Miriam okukolokota n'okusalira Musa omusango nga bakozesa ekipimo kyabwe. Musa yali musajja wa kika ki? Yasiimibwa Katonda olw'okuba yali omuntu eyali asinga okuba omwetoowaze ku nsi yonna. Era yali mwesigwa mu byonna mu nnyumba ya Katonda, era olwa kino yeesigibwa nnyo Katonda n'aba ng'asobola n'okwogera ne Katonda mumwa ku mumwa.

Bwe tutunuulira engeri abaana ba Isiraeri bwe badduka mu Misiri n'okutuuka mu nsi ensuubize eye kanani, tusobola okutegeera nti Katonda yasiima nnyo Musa. Abantu abaava mu Misiri baalinga b'onoona, nga bawakanya okwagala kwa Katonda. Beemulugunya ku Musa era ne bamunenya ne mu buzibu obutono, era nga kiringa kye kimu n'okwemulugunya eri Katonda. Nga buli lwe beemulugunya, nga Musa yeegayirira olw'okusaasira kwa Katonda.

Waliwo ekyatuukawo ekyalagira ddala ekisa kya Musa. Musa bwe yali waggulu ku lusozi Sinaayi okufuna amateeka ekkumi, abantu ne beekolera ekifaananyi – eky'ente eya zaabu – era ne balya n'okunywa nga bwe bakisinza. Aba Misiri baalinga basinza katonda alinga ennume n'ente enkazi, era ne balabira ku bakatonda ng'abo. Katonda yali abalaze nti yatambulanga n'abo emirundi mingi, naye tebaalaga kabonero konna ka kukyuka. Era ekyavaamu, obusungu bwa Katonda ne bugwa ku bo. Naye mu kiseera kino Musa ne yeegayirira ku lwabwe ng'ateekayo obulamu bwe ng'omusingo: "Naye kaakano, bw'onoosonyiwa ekyonoono kyabwe, naye bw'otoobasonyiwe, onsangule nze, nkwegayiridde, mu kitabo kyo kye wawandiika!" (Okuva 32:32)

'Mu kitabo kyo kye wawandiika' kitegeeza ekitabo eky'obulamu omuwandiikibwa amannya gonna ag'abo abalokoleddwa. Erinnya lyo bwe liwandukululwa mu kitabo eky'obulamu, tosobola kulokolebwa. Tekitegeeza nti tolema kufuna bulokozi kyokka, wabula kitegeeza nti olina okubonaabonera mu Ggeyeena olubeerera. Musa yali amanyi bulungi nnyo obulamu oluvannyuma lw'okufa, naye yayagala okulokola abantu wadde yalina okuwaayo obulokozi bwe ku lwabwe. Omutima ng'ogwo ogwa Musa gufaananira ddala omutima gwa Katonda atayagala muntu yenna kuzikirira.

Musa Yateekateeka Ekisa Okuyita mu Bigezo

Kituufu, Musa teyalina kisa kya kika ekyo ku ntandikwa. Wadde yali Muyudaaya yakuzibwa ng'omwana w'omumbejja w'E Misiri era nga talina ky'abulwa. Yasomera mu masomero agasingayo amaanyi mu Misiri era n'amanya amagezi g'aba Misiri n'obukoddyo bwabwe obw'okulwana. Era yalina n'amalala saako okweyita omutuukirivu. Olunaku lumu, yalaba Omumisiri ng'akuba Omuyudaaya era olwa ye kye yalowooza nti kye kyali ekituufu, yatta Omumisiri.

Olwa kino yadduka olw'okuba yali anoonyezebwa. Ekirungi, yafuuka omulunzi mu ddungu ng'ayambibwako kabona ow'e Midiyaani, naye yali afiiriddwa byonna. Okulunda ebisolo kye kintu Abamisiri kye batwala nti kya wansi nnyo. Okumala emyaka ana yali akola omulimu gwe yali asinga okunyooma. Era mu kino yeetowaaliza ddala, n'ategeera ebintu bingi ku kwagala kwa Katonda n'obulamu.

Katonda teyayita Musa, oyo omulangira w'e Misiri, okufuuka omukulembeze w'abantu b'e Isiraeri. Katonda yayita Musa omulunzi eyeetowaaza emirundi mingi ne Katonda lwe yali amuyita. Yeetoowaza mu bujjuvu era ne yeggyako obubi bwonna okuva mu mutima gwe okuyita mu kusoomozebwa, era olw'ensonga eno yasobola okukulemberamu abantu abassuka mu basajja 600,000 ng'abaggya mu Misiri okubatwala eri ensi ya Kanani.

N'olwekyo, ekintu ekisinga obukulu mu kuteekateeka ekisa kwe kuba nti tulina okuteekateeka obulungi n'okwagala nga twetowaaza mu maaso ga Katonda mu kusoomozebwa okututeerwawo okuyitamu. Gye tukoma okwetowaaza n'ekisa kyaffe gye kikoma okuba ekyenjawulo. Bwe tuba nga tuli bamativu n'engeri gye tulimu nga tulowooza nti tulina we tutuuse mu kuteekateeka amazima nti era n'abalala bakkiriziganya naffe nga bwe kyali ku Alooni ne Miriam, tujja kwongera kw'emanya.

Obugabi Obw'ekika Ekya Waggulu Butuukiriza Ekisa Eky'Omwoyo

Okusobola okuteekateeka ekisa eky'omwoyo tetulina kukukoma ku kutukuzibwa kyokka nga tweggyako buli kika kya bubi, wabula tulina n'okuteekateeka okugaba okwa waggulu ennyo. Okugaba okwa waggulu ennyo kwe kutegeera ennyo n'okukkiriza abalala; okukola ekintu ekituufu okusinziira ku buvunaanyizibwa bw'omuntu; era kwe kuba n'embala ekkirizisa abalala okugonda n'okuwaayo emitima gyabwe, ng'ategeera ensobi zaabwe n'okuzikkiriza, so si lw'amaanyi agalabibwa. Abantu abali bwe bati balina okwagala okw'okuteekebwamu obwesige okuva mu balala. Obugabi obw'ekika ekya waggulu bulinga engoye abantu ze bambala. Ne bwe tuba balungi tutya munda, bwe tuba bwereere, tujja kunyoomebwa abalala. Mu ngeri y'emu, ne bwe tuba beesigwa nnyo, tetusobola kulagira ddala muwendo gwa kisa kyaffe okujjako nga tulina obugabi buno obwa waggulu ennyo. Eky'okulabirako, omuntu alina ekisa munda, naye ayogera nnyo ebintu ebitagasa bw'aba ayogera n'abalala. Omuntu ng'oyo talina kigenderwa kya kukola bubi mu ye, naye tasobola kufuna bwesigwa okuva mu balala kubanga talabika ng'alina empisa oba asomeseddwa. Abantu abamu tebasibye bubi ku mwoyo kubanga balina ekisa, era tebaleetera balala buzibu. Naye bwe bateenyigiramu nnyo mu kuyamba abalala, kiba kizibu okukwata ku mitima gy'abantu bangi.

Ebimuli ebitalina langi nnungi na kawoowo tebisobola kusikiriza njuki oba biwojjolo, wadde birina omubisi mungi mu byo ebiwuka gwe byagala. Mu ngeri y'emu, wadde tuli ba kisa nnyo era nga tusobola n'okukyusa ettama eddala nga bakubye ery'oludda luli, ekisa kyaffe tekisobola kwakaayakana okujjako nga tulina obugabi obw'ekika ekya waggulu mu bigambo ne mu bikolwa byaffe. Ekisa ekituufu kituukirizibwa era kisobola okulaga omuwendo gwakyo omutuufu singa ekisa eky'omunda ky'ambala ekyambalo eky'okungulu eky'obugabi obwa waggulu ennyo.

Yusufu yalina obugabi buno obwa waggulu. Ye yali omwana ow'omulundi ogw'ekkumi n'ogumu owa Yakobo, taata wa Isiraeri yonna. Yakyayibwa nnyo baganda be era n'atundibwa mu Misiri ng'omuddu nga muto ddala. Naye ng'ayambibwako Katonda yafuuka katikkiro w'e Misiri ku myaka amakumi asatu. Misiri mu kiseera ekyo lyali ggwanga ly'amaanyi nga yeesigamye nnyo ku mugga omunene ogwa Nile. Lye limu ku mawanga ana agaali gakulaakulana ku misinde egya waggulu.' Abakulembeze n'abantu bonna baali beenyumiriza mu ggwanga lyabwe, era nga tekyali kyangu nnyo okufuuka katikkiro ng'oli mugwiira. Singa yalina ensobi emu bw'eti, yali alina okulekulira amangu ddala.

Wabula ne mu mbeera ng'eyo, Yusufu yafuga Misiri bulungi nnyo mu ngeri ey'amagezi amangi. Yalina ekisa era nga mwetowaaze, era teyalina nsobi yonna mu bigambo bye n'ebikolwa. Era yalina amagezi n'ekitiibwa ng'omukulembeze. Ye yali addirira kabaka mu buyinza, naye teyagezaako kuba na ffuga bbi oba okweraga. Yali yeefuga, so ng'ate yali mugabi era nga mukakkamu eri abalala. N'olwekyo kabaka n'abakungu abalala baali tebalina kye baali bayinza kwerekerayo oba okumwekengera oba okumukwatirwa obuggya; baamuteekamu obwesige bwabwe bwonna. Kino tukirabira ku ngeri Abamisiri gye baayanirizaamu ab'enganda za Yusufu, abaali badduka Kanani olw'enjala ennyingi eyali yagwaayo.

Ekisa kya Yusufu Kyatuukirizibwa Obugabi obwa Waggulu

Omuntu bw'aba n'obugabi buno obwa waggulu, kitegeeza nti alina omutima omugazi, nti era tajja kusala misango wadde okukolokota abalala ng'akozesa ebipimo bye ng'omuntu wadde nga ye mwesimbu mu kigambo kye n'ebikolwa. Embala eno eya Yusufu yalagibwa bulungi nnyo baganda be abaali baamutunda mu buddu e Misiri, bwe baayingira Misiri okufuna emmere.

Okusooka, baganda ba Yususu baali tebamutegedde.

Kitegerekeka kubanga baali tebaddangamu kumulaba mu myaka amakumi abiri. Era, baali tebayinza na kukirowooza nti Yusufu ye yali afuuse katikkiro w'e Misiri. Olwo, Yusufu yawulira atya bwe yalaba baganda be abaabulako katono okumutta era olwagira ne bamutunda ng'omuddu mu Misiri? Yalina obuyinza okubasasuza byonna bye baamukola. Naye Yusufu teyayagala kuwoolera ggwanga. N'akweka kyali era n'abakema emirundu mingi okulaba oba emitima gyabwe gyali gikyali nga bwe gyali edda.

Yusufu yali abawa omukisa okwenenya ebibi byabwe mu maaso ga Katonda ku lwabwe, olw'okuba ekibi eky'okwagala okutta muganda waabwe yennyini n'okumutunda mu buddu tekyali kitono. Teyamala gabasonyiwa oba okubabonereza, naye embeera yagikwata mu mbeera eyasobozesa baganda be okwenenya ku lwabwe. Era, baganda be baamala kujjukira nsobi yaabwe era ne beenenya olwo Yusufu n'alyoka abeeyanjulira.

Mu kiseera ekyo, baganda be ne batya nnyo. Obulamu bwabwe bwali mu mikono gya Yusufu nga kati ye yali katikkiro w'e Misiri, eggwanga eryali lisingayo amaanyi ku nsi mu kiseera ekyo. Naye Yusufu eky'okubawozesa si kye yali alowoozaako. Era teyabatiisatiisa okubagamba nti oba, "Kati mugenda kusasulira ebibi byammwe.' Wabula yababudaabuda era ebirowoozo byabwe n'abikakkanya. "Ne kaakano temunakuwala, so temwesunguwalira, kubanga mwantunda muno, kubanga Katonda ye yankulembeza mmwe okuwonya mu kufa" (Olubereberye 45:5).

Yakkiriza nti buli kimu kyali mu nteekateeka ya Katonda. Yusufu teyasonyiwa baganda be okuva ku ntobo y'omutima gwe kyokka, wabula yabudaabuda n'omutima gwabwe n'ebigambo ebikwata ku mutima gw'omuntu, ng'abategeerera ddala mu bujjuvu. Kitegeeza nti Yusufu yalaga ekikolwa ekisobola okukwata ne kubalabe, nga bwe bugabi obw'ekika ekya waggulu ennyo. Ekisa kya Yusufu nga kigobereddwa obugabi obw'ekika ekya waggulu ennyo ye yali ensulo y'amaanyi okutaasa obulamu bw'abantu bangi mu Misiri n'ebweru wa Misiri n'okusobola okutuukiriza enteekateeka ya Katonda ey'ekyewunyo. Nga bwe kyakannyonyolwa, obugabi obw'ekika ekya waggulu kye kiraga ekisa ky'omuntu ekiri munda, era kisobola okukwata ku bantu bangi eran'ekiraga amaanyi mangi.

Okutukuzibwa Kwetaagisa Okusobola Okuba n'Obugabi obw'ekika ekya waggulu

Nga ekisa eky'omunda bwe kisobola okufunibwa okuyita mu kutukuzibwa, obugabi obw'ekika ekya waggulu n'abwo busobola okuteekebateekebwa singa tweggyako obubi era ne tufuuka abatukuvu. Kituufu, omuntu ne bw'aba tannatukuzibwa, asobola okubaako bw'alaga obugabi n'ebikolwa eby'obugabi okuyita mu kusoma oba okuba nga yazaalibwa n'omutima omugazi. Naye Obugabi obw'ekika ekya waggulu obutuufu busobola okuva mu mutima ogutaliimu bubi bwonna ogwo ogugoberera amazima gokka. Bwe tuba twagala okuteekateeka obugabi obw'ekika ekya waggulu mu bujjuvu bw'abo, tekikoma ku kweggyako emirandira gy'obubi emikulu mu mutima gwaffe. Tulina n'okweggyamu na buli ngeri ya bubi yonna (1 Abassaseloniika 5:22).

Kyawandiikibwa mu Matayo 5:48, "Kale mmwe mubeerenga abatuukirivu, nga Kitammwe ali mu ggulu bw'ali omutuukirivu.' Bwe tuba nga tweggyeko buli kika kya bubi okuva mu mutima gwaffe era ne tuba nga tetulina musango mu bigambo, ebikolwa, n'eneeyisa, tusobola okuteekateeka ekisa abantu bangi ne basobola okuwummulira mu ffe. Olw'ensonga eno tetulina kumatira bwe tutuuka ku mutendera nga twegyeeko obubi nga obukyayi, obuggya, ensaalwa, okwemanya n'obusungu. Tulina n'okweggyako ebikolwa ebyo ebitonotono eby'omubiri era ne tulaga ebikolwa eby'amazima okuyita mu Kigambo kya Katonda n'okunyiikira okusaba, era mu kufuna okulung'amizibwa kw'Omwoyo Omutukuvu.

 Ebikolwa eby'omubiri bye biri wa? Abaruumi 8:13 wagamba, "...kubanga bwe munaagobereranga omubiri, mugenda kufa, naye bwe munaafiisanga ebikolwa by'omubiri olw'Omwoyo, muliba balamu.' Wano omubiri tekitegeeza butegeeza omubiri gwe tutambuza. Omubiri mu by'omwoyo kitegeeza omubiri gw'omuntu nga amazima gamaze okumuvaamu. N'olwekyo, ebikolwa by'omubiri kitegeeza ebikolwa ebiva mu gatali mazima agajjula omuntu oyo eyakyusibwa n'afuuka omubiri. Ebikolwa by'omubiri temuliimu bibi bye tulaba byokka wabula na buli ngeri yonna etatuukiridde.

 Nina ekintu kye nayitamu edda. Bwe nnakwatanga ku kintu kyonna, Nga ninga amasanyalaze gwe gayiseemu era nga neekanga buli ssaawa. Ne mbeera nga ntya okukwata ku kintu kyonna. Kale bwentyo nga bwe nkwata ku kintu kyonna, nga mbeera nsaba muli era nga nkowoola Mukama. Nga kino tekimbako bwe nkwata ku kintu n'obwegendereza obungi. Nga bwe mbeera nzigula oluggi, ng'omunyolo ngukwata n'obwegendereza. Nnalina ng'okwegendereza nga nkwata mu ngalo za ba memba b'ekkanisa. Kino kyabeerawo okumala emyezi, era ne mbeera nga buli kimu nkyegendereza. Oluvannyuma n'akizuula nti Katonda yafuula ebikolwa byange eby'omubiri ebituukiridde okuyita mu kino.

 Kiyinza okutwalibwa ng'ekitono, naye engeri omuntu gye yeeyisaamu nkulu nnyo. Abantu abamu bakwata ku balala abababeera okumpi bwe babeera baseka oba okutambula. Abamu boogerera waggulu si nsonga ssaawa mekka oba ekifo mwe bali ne bakalubiriza abalala. Zino si nsobi nnyingi, naye bikolwa by'omubiri ebitatuukiridde. Abo abalina obugabi obw'ekika ekya waggulu beegendereza mu buli kimu mu bulamu bwabwe obwa bulijjo, era abantu bangi babeera bagala kusanga buwummuliro mu bo.

Okukyusa Embala y'Omutima

Ekiddako, tulina okuteekateeka embala y'omutima gwaffe okufuna obugabi obw'ekika ekya waggulu. Embala y'omutima kitegeeza obunene bw'omutima. Okusinziira ku buli mbala ya mutima gwa muntu, abantu abamu bakola okusinga kw'ekyo ekibasuubirwamu so nga abalala bakola ebyo ebintu ebibalagiddwa olumu ne batabituukiriza bulungi. Omuntu alina obugabi obw'ekika ekya waggulu alina embala y'omutima omunene era omugazi, kale tatunuulira byetaago bye byokka, wabula n'okulabirira abalala.

Abafiripi 2:4 wagamba, "Temutunuuliranga buli muntu ebibye yekka, era naye buli muntu n'eby'abalala.' Embala eno ey'omutima esobola okubeera ey'enjawulo okusinziira ku gyetukoma okugaziya omutima gwaffe mu mbeera zonna, kale tusobola okugikyusa okuyita mu kufuba obutalekaayo. Bwe tuba nga tunoonya byaffe byokka, tulina okusaba mu bujjuvu era tukyuse omutima gwaffe omutono okufuuka omunene ogwo ogusooka okutunula mu nsonga z'abalala.

Okutuuka lwe yatundibwa mu buddu mu Misiri, Yusufu yali yakuzibwa ng'ekimera oba ekimuli ekikuzibwa munda mu nyumba. Yali tasobola kulabirira buli nsonga ya mu nnyumba oba okupima emitima n'embeera za baganda be abaali tebagalibwa nnyo kitaabwe. Wabula, okuyita mu bigezo eby'enjawulo, yafuna omutima ogwamuyambanga okulaba n'okufuga buli abo bonna abaalinga bamwetoolodde, eran'ayiga n'okulowooza ku mitima gy'abalala. Katonda yagaziya omutima gwa Yusufu ng'amutegekera ekiseera Yusufu waalifuukira katikkiro w'e Misiri. Bwe tutukiriza embala eno ey'omutima n'omutima ogw'ekisa era ogutaliiko kunenyezebwa kwonna, tusobola n'okufuga saako okutambuza ebitongole ebinene. Ye mbala abakulembeze gye balina okuba nayo.

Emikisa Gy'abalina Ekisa

Mikisa gya kika ki eginaaweebwa abo abanaaba batuukirizza ekisa ekituukiridde olw'okweggyamu obubi bwonna mu mutima n'okuteekateeka obugabi obw'ekika ekya waggulu obulabibwa kungulu? Nga bwe woogera mu Matayo 5:5, "Balina omukisa abateefu, kubanga abo balisikira ensi," nga ne mu Zabuli 37:11, "Naye abawombeefu balisikira ensi, Era banaasanyukiranga emirembe emingi," bajja kusikira ensi. Wano ensi kabonera akayimiriddewo ku lw'ekifo eky'okubeeramu mu bwakabaka obw'omu ggulu, era okusikira ensi kitegeeza "okweyagalira mu maanyi amangi mu Ggulu mu biseera ebijja.'

Lwaki banaaba n'obuyinza bungi mu Ggulu? Omuntu ow'ekisa ye muntu azzaamu emyoyo emirala amaanyi n'omutima gwa Kitaffe Katonda eran'akwata ku mitima gyabwe. Gy'akoma okuba omuteefu, emyoyo emirala gye gijja okukoma okuwummulira mu ye era agirung'amye eri obulokozi. Bwe tuba nga tusobola okufuuka omuntu ow'amaanyi abantu mwe bawummulira, kitegeeza nti abalala tubaweereza kinene nnyo. Obuyinza obw'omu ggulu bujja kuweebwa abo bokka abaweereza abalala. Matayo 23:11 wagamba, "Naye mu mmwe abasinga obukulu anaabanga muweeereza wammwe.'

Na bwe kityo, omuntu omuteefu ajja kusobola okweyagalira mu maanyi amangi era asikire ensi ennene ennyo ng'ekifo mwanaabeera bw'anaaba atuuse mu Ggulu. Ne ku nsi, abo abalina amaanyi amangi, obugagga, abetutumu era nga balina obuyinza bagobererwa abantu abangi. Naye bwe bafiirwa buli kimu kye baali balina, obuyinza obusinga bajja kubufiirwa, era abantu bangi ababadde babagoberera bajja kubavaako. Obuyinza obw'omwoyo obugooberera omuntu ow'omwoyo bwa njawulo kw bw'omu nsi muno. Tebuggwawo era tebukyuka. Ku nsi kuno, emmeeme ye gy'ekoma okukulaakulana, abeera bulungi mu buli kimu. So nga ne mu Gggulu ajja kwagalibwa Katonda olubeerera era emyoyo egitabalika gimusengamu ekitiibwa.

3. Okwagala Tekuba na Buggya

Abaana abagezi mu ssomero basengeka bulungi nnyo eby'okuddamu eri ebibuuzo bye babeera baagudde mu kigezo ekyabaweereddwa. Beekenneenya ensonga lwaki baagudde ebibuuzo ebyo era ne bategeera ebibuuzo ebyo nga tebaneeyongerayo. Bagamba nti engeri eno nnungi nnyo mu kuyiga ebintu ebizibu okusobola okubitegeera mu kiseera ekimpi. Engeri eyo yennyini esobola n'okukozesebwa mu kuteekateeka okwagala okw'omwoyo. Bwe twekenenya ebikolwa byaffe n'ebigambo mu bujjuvu era netweggyako buli nsobi yaffe emu ku emu, olwo nno tusobola okutuukiriza okwagala okw'omwoyo mu kiseera ekitono ennyo. Katutunuulire embala endala ey'okwagala okw'omwoyo-'Okwagala Tekuba na Buggya.'

Obuggya bujja singa muli omuntu awulira obukaawu era nga si musanyufu ne bimuyitirirako era ebikolwa ebibi n'ebikolebwa ku muntu omulala. Bwe tuba tulinamu obuggya n'ensaalwa munda mu ffe, tujja kuwulira bubi bwe tunaalaba omuntu omulala ng'asiimibwa oba okwagalibwa ababala. Bwe tuzuula nti omuntu by'amanyi bingi, mugagga era alina obusobozi okutusingako, oba omu ku mukozi munaffe bw'abeera obulungi okutusinga era ng'ayagalibwa abantu bangi, tusobola okufuna obuggya. Olumu tusobola n'okukyawa omuntu oyo, ne tumwagaliza bamubbe buli kyonna kyalina n'okumulinyirira.

Ku ludda olulala tusobola okuwulira okuggwaamu amaanyi nga tugamba, "Banange buli omu amwagala, naye nze ndi ki? Sirina kye ndi!" Kwe kugamba, ne tuba nga tuwulira bubi kubanga twegeraageranya ku balala. Bwe tuggwaamu amaanyi abamu ku ffe tuyinza okulowooza nti si buggya. Naye, okwagala kusanyuka wamu n'amazima. Kwe kugamba, Bwe tuba n'okwagala okutuufu tusanyukira wamu n'omuntu ali obulungi. Bwe tuggwaamu amaanyi n'okwenenya, oba ne tutasanyukira wamu na mazima, kiba bwe kityo lwakuba 'omuntu waffe' akyali mulamu. Kubanga 'omuntu waffe' oyo bw'abeera omulamu, tuwulira bubi, bwe tumanya nti tuli ba wansi ku balala.

Omutima ogw'ensaalwa bwe gukula era ne gufulumya ebigambo ebibi n'ebikolwa, Bwe buggya Essuula eno ey'Okwagala bweyogerako. Obuggya obwo bwe bugenda bweyongera okuba obubi ennyo, omuntu asobola n'okukosa oba okutta abantu abalala. Obuggya kwe kulaga obubi n'omutima oguddugala ku ngulu, n'olwekyo kiba kizibu eri abo abalina obuggya okufuna obulokozi (Abaggalatiya 5:19-21). Kuba obuggya kimu ku bikolwa eby'omubiri eby'olwatu, nga kye kibi ekikoleddwa ku ngulu. Obuggya busobola okwawulwamu ebika bingi.

Obuggya mu Mukwano Ogw'abagalana

Obuggya buteekebwa mu kikolwa singa omuntu mu mukwano ayagala ayagalibwe nnyo n'okuganja okusinga bwayagalibwa kati. Eky'okulabirako, Be bakazi ba Yakobo ababiri, Leeya ne Lakeeri, buli omu yakwatirwanga munne obuggya era nga yayagala okuganja ennyo ewa Yakobo. Leeya ne Lakeeri baali baluganda, bombi nga bawala ba Lebbani, kojja wa Yakobo.

Yakobo yawasa Leeya oluvannyuma lw'okulimbibwa kojja we Labbani nga si bwe yali akyagala. Yakobo yali ayagala muto wa Leah, Laakeeri, era yamufuna nga mukazi we oluvannyuma lw'okukola ewa kojja we emyaka 14. Okuviira ddala ku ntandikwa

Yakobo yayagala nnyo Laakeri okusinga Leeya. Naye Leeya yazaala abaana bana kyokka nga Lakeeri talinayo mwana wadde omu. Mu kiseera ekyo kyali kya buswavu nnyo omukyala obutaba na mwana yenna, era Lakeeri n'akwatirwanga muganda we Leeya obuggya.Obuggya bw'amuziba nnyo amaaso n'akaluubiriza nnyo ne bba Yakobo. "Mpa abaana, oba tompe, n'afa" (Olubereberye 30:1).

Bombi Laakeeri ne Leeya ne bawa Yakobo abazaana baabwe ng'abakazi buli omu ng'ayagala y'aba aganja. Singa baalinamu ku kwagala okutuufu mu mitima gyabwe, bandisanyuse omu bwe yandiganze ennyo eri bbabwe. Obuggya bw'abamalako bonna– Leeya, Lakeeri, ne Yakobo– emirembe. Era, ne bukosa n'abaana baabwe.

Obuggya Obuva ku Kulaba Abalala nga Bali Bulungi

Embeera y'obuggya ya njawulo eri buli muntu ssekinnoomu okusinziira ku bintu omuntu by'atwala ng'ebikulu mu bulamu. Naye nga omulala bw'aba mugagga, nga alina by'amanyi bingi, ng'atusingako oba ng'ayagalibwa, tusobola okumukwatirwa obuggya. Si kizibu okwesanga mu mbeera ez'o buggya ku ssomero, ku mulimu, ne mu maka gaffe ng'obuggya buva ku ky'okuba nti owulira nti waliwo akusingako. Omulala bw'agenda mu maaso era n'aba bulungi okutusinga,tusobola okumukyawa n'okumwogerako obubi. Tuyinza okulowooza nti tulina kulinya ku balala okuba obulungi n'okwagalibwa.

Eky'okulabirako, waliwo abantu ab'ogera ensobi n'obunafu

bw'abalala ku mirimu eri bakama baabwe basobole okutunuulirwa ennyo kubanga be bagala okuba nga bakuzibwa. N'abayizi kino kibatwaliriamu. Abayizi abamu basumbuwa nnyo abo abakola obulungi oba abagalibwa abasomesa. Awaka, abaana bayomba ne baganda baabwe ne bannyinabwe basobole okwagalibwa ennyo bazadde baabwe. Abalala bakikola nga beebagala okufuna eby'obusika ebingi okuva ku bazadde baabwe.

Bwe kityo bwe kyali ne ku Kayini, eyakola obutemu obwasooka mu by'afaayo by'omuntu. Katonda yakkiriza byakuwaayo bya Abiiri byokka. Kayini n'ekimusunguwaza nnyo era obuggya bwe ne bubuuka mu ye era ekyavaamu n'atta muganda we Abiiri. Ateekwa okuba bazadde be, Adamune Kaawa baamugambanga ku ssaddaaka ey'omusaayi, era nga yali ateekwa kuba ng'agimanyi bulungi. "Era mu mateeka kubulako katono ebintu byonna okunaazibwa omusaayi, era awataba kuyiwa musaayi tewabaawo kusonyiyibwa" (Abaebbulaniya 9:22).

Kyokka wadde gwali bwe gutyo, yamalanga gawaayo ssaddaaka eziva mw'ebyo bye yali alimye. Kyokka nga ye, Abiri ng'awaayo ssaddaaka ey'omwana omubereberye ogw'endiga ye n'omutima gwe okusinziira ku kwagala kwa Katonda. Abamu bayinza okugamba nti tekyali kizibu Abiri okuwaayo omwana gw'endiga kubanga yali mulunzi, naye si bwe kyali bwe kityo. Yayiga okwagala kwa Katonda okuva ku bazadde be. Era olw'ensonga eno Katonda yakkiriza ekiweebwayo kya Abiri kyokka. Kayini n'afuna obuggya eri muganda we n'amaliriza nga yejjusa. Ennimi z'obuggya bwe zaayaka, omuliro gw'obuggya gwali tegukyasobola kuzikizibwa, era ekyavaamu kwe kutta muganda we Abiri. Adamu ne Kaawa nga bateekwa okuba nga baalumwa nnyo olwa kino!

Obuggya Wakati W'ab'oluganda mu Kukkiriza

Abakkiriza abamu bakwatirwa abakkiriza abalala obuggya abali wagguluko mu buyinza, mu bukulu, mu kukkiriza, oba mu bwesige eri Katonda. Kino kitera okubaawo naddala singa akwatiddwa obuggya benkana n'ono afunye obuggya mu myaka, mu kifo, n'ebbanga lye bamaze mu kukkiriza, oba nga beemanyi bulungi. Nga Matayo 19:30 bwe wagamba, "Naye bangi ab'olubereberye abaliba ab'oluvannyuma; n'ab'oluvannyuma abaliba ab'olubereberye," ebiseera ebimu abo abaakamala emyaka emitono mu kukkiriza, era nga tebamaze mu buweereza bw'ekkanisa bbanga ddene basobola okutuyitako. Olwo, ate tusobola okuwulira obuggya obw'amaanyi gye bali. Obuggya obw'ekika kino tebukoma mu bakkiriza ab'ekkanisa emu. Busobola n'okubeerawo wakati mu basumba, ne ba memba b'ekkanisa ez'enjawulo, oba ne mu bitongole ebirina omusingi gw'eddiini. Omuntu bw'addiza Katonda ekitiibwa, bonna balina okujaguliza awamu, naye waakiri bawaayiriza nti abalala bagoberera enjigiriza ez'obulimba okusobola okutattana erinnya ly'ekitongole ekirala. Omuzadde olowooza awulira atya ng'abaana beekyojja era nga beewalana? Abaana ne bwe baba babawa emmere ennungi n'ebintu ebirungi, tebasobola kusanyuka. Era abakkiriza nga bonna baana ba Katonda bwe badda mu kuyombagana n'okulwana, oba nga ekkanisa z'ekwatirwa obuggya, Kijja kunakuwaza nnyo Mukama waffe.

Obuggya bwa Sawulo eri Dawudi

Sawulo ye yali kabaka wa wa Isiraeri eyasooka. Yamala ebbanga ddene ng'obulamu bwe abumalira ku buggya bwe yalina eri Dawudi. Era eri Sawulo, Dawudi yali embalaasi mu kyambalo ekimasamasa oyo eyataasa eggwanga lyonna. Ng'eggye lyonna liweddemu essuubi olw'okutiisatiisa kwa Goliyaasi ow'Abafirisuuti, Dawudi yakyusa ebintu mu ngeri ey'ekyewuunyo era n'amegga naggwano w'Abafirisuuti ng'akozesa envumuulo yokka. Kino kyokka kyaleetera Isiraeri obuwanguzi. Okuva olwo, Dawudi yawonya ensi ye emirundi mingi okumeggebwa Abafirisuuti. Ekizibu ekyaliwo wakati wa Sawulo ne Dawudi kyatandikira wano. Sawulo yawulira ekintu ekitaamusanyusa okuva mu bantu bwe baali batendereza Dawudi nga ba mukulisaayo okuva mu lutalo. Baali bayimba bwe bati, "Sawulo asse enkumi ze, Ne Dawudi obukumi bwe" (1 Samwiri 18:7).

Sawulo n'asunguwala nnyo era ekigambo ne kimunyiza n'ayogera nti, "Bayinza batya okungeraageranya ne Dawudi? Talina kyali okujjako omulunzi obulunzi!"

Obusungu bwe ne bwongera okububuuka bwe yeeyongera okulowooza ku bantu bye bayimbye. Yali takiraba nti kituufu abantu okutendereza ennyo Dawudi, era okuva olwo ebikolwa bya Dawudi n'atandika okubyekengera. Sawulo yalowooza nti Dawudi yali akola ebintu okuzza omutima gw'abantu gyali. Kati awo, akasaale k'obusungu bwa Sawulo n'akatunuza eri Dawudi. Yalowooza nti, 'Engeri Dawudi gy'akutte ku mitima gy'abantu bonna, tebagenda kulwawo kunjeemera!'

Ebirowoozo bye ku Dawudi bwe byeyongera okwonooneka, Sawulo n'anoonya engeri y'okutta Dawudi. Olunaku lumu, emyoyo emibi gy'alinnya Sawulo era Dawudi bwe yali amuzanyira entongooli. Sawulo n'akozesa omukisa guno n'amukasukira effumu. Ekirungi Dawudi yalyewoma era n'adduka. Naye Sawulo teyalekayo kunoonya Dawudi okumutta. Bulijjo yawonderanga Dawudi n'eggye lye okumutta.

Wabula wadde bino byonna byaliwo, Dawudi teyayagalako kutta Sawulo kubanga yali kabaka eyalondebwa Katonda, era ne Kabaka Sawulo ng'akimanyi. Naye ennimi z'obuggya bwa Sawulo ezali zikutte omuliro tezaazikira. Sawulo yabeeranga tateredde olw'obuggya bwe yalina eri Dawudi. Okutuuka lwe yattibwa mu lutalo lwe baalimu n'abafirisuuti, Sawulo teyawummula olw'obuggya bwe yalina eri Dawudi.

Abo Abaakwatirwa Musa Obuggya

Mu kubala 16, tusoma ku koola, Dasani ne Abiraamu. Koola yali Muleevi, so nga Dasani ne Abiraamu baali bava mu kika kya Lewubeeni. Baali bawalana Musa ne muganda we eyali amuyamba Alooni. Ekintu ky'okuba nti Musa yaliko omulangira w'Emisiri kyokka nga kati yabafuga kyali kibaluma nnyo so ng'ate yali yadduka era ng'afuuka mulunzi e Midiyaani. Bwe tukiraba mu ngeri endala, beebali bagala okufuuka abakulembeze. Kale, ne babaako abantu bebazza ku ludda lwabwe.

Koola, Abiraam and Dasani baakung'anya abantu bibiri mw'ataano okubagoberera era ne balowooza nti baali bagenda kubeera b'amaanyi. Ne bagenda eri Musa ne Alooni ne bawakana n'abo. B'agamba, "Muyinga okwekuza, kubanga ekibiina kyonna kitukuvu, buli muntu ku bo, era MUKAMA ali mu bo, kale mwegulumiriza ki okusinga ekibiina kya MUKAMA?" (Okubala

16:3)

Wadde tebaakozesa bisiba mu kubalumbagana, Musa talina kye yabaddamu. Yafukamira mu maaso ga Katonda n'asaba era n'agezaako okubategeeza ensobi zaabwe era ne yeegayirira Katonda awe ensala Ye. Mu kiseera ekyo obusungu bwa Katonda bwali ku Koola, Abiraamune Dasani n'abo abaali n'abo. Ettaka ne lyatika eryali wansi waabwe, ensi n'eyasamya akamwa kayo, n'ebamira wamu ne bakyala baabwe na batabani baabwe n'abaana baabwe abato ennyo. Omuliro ne guva eri MUKAMA, ne gw'okya abasajja ebibiri mu ataano abawaayo obubaane.

Musa teyalina gwe yali akoze bubi mu ngeri yonna (Okubala 16:15). Yakolanga buli ekisoboka okukulembera abantu. Era n'abalaganga obukakafu nti Katonda yali n'abo okuyita mu bubonero n'ebyewuunyo. Yabalaga ebibonoobono ekkumi mu Misiri; n'abaganya okusala ennyanja emyufu ku ttaka ekkalu bwe yeeyawulamu emirundi ebiri; y'abawa amazzi okuva mu lwazi era ne balyanga n'obugubi saako ennyama mu ddungu. Era wadde gwali bwe gutyo baayogereranga bubi Musa n'okumuwakanya nga bagamba nti yali yeegulumiza.

Katonda era yabaganya okulaba obunene bw'ekibi eky'okukwatirwa Musa obuggya. Okukolokota n'okusalira omusango omusajja eyali atereddwawo Katonda kiba kye kimu n'okukolokota saako okusalira Katonda Yennyini omusango. N'olwekyo, tetulina kumala gakolokota kanisa oba ebitongole ebikolera mu linnya lya Mukama nga tugamba nti bakolera ku njigiriza ez'obulimba. Engeri ffenna gye tuli ab'oluganda mu Katonda, obuggya wakati mu ffe kibi ky'amaanyi mu maaso ga Katonda.

Obuggya ku Bintu Ebitalina Makulu

Tusobola okufuna kye twagala olw'okuba n'obuggya? Tekisoboka n'akatono! Tusobola okukaluubiriza abalala era n'ekirabika nga nti tugenda kubayitako, naye ng'amazima gali nti, tetusobola kufuna buli kimu kye twetaaga. Yakobo 4:2 wagamba, "Mwegomba so temulina, mutta, era mwegomba so temuyinza kufuna, mulwana era mutabaala, temulina kubanga temusaba.'

Mu kifo ky'okuba n'obuggya, lowooza kw'ekyo ekyawandiikibwa mu Yobu 4:8, "Nga bwe nnalaba, so abakabala obujeemu, Ne basiga obuyinike, era bye bakungula.' Obubi bw'osiga era bujja kudda gy'oli mu kigera kye kimu.

Mu ngeri y'okusasula obubi bw'osiga, oyinza okusisinkana ebibonoobono mu maka go oba ku mulimu gwo. Nga Engero 14:30 bwe wagamba, "Omutima omutuufu bwe bulamu obw'omubiri, naye obuggya kwe kuvunda kw'amagumba," Ekiva mu buggya bwe bulabe omuntu bwe yeeretera, eran'olwekyo tekirina makulu gonna gakirimu. N'olwekyo, bw'oba oyagala okusukuluma ku balala, olina okusaba Katonda oyo afuga buli kimu mu kifo ky'okumala ebiseera byo mu birowoozo n'ebikolwa eby'obuggya.

Kituufu, tosobola kufuna buli kyonna ky'osaba. Mu Yakobo 4:3, wagamba, "Musaba ne mutaweebwa, kubanga musaba bubi, mulyoke mubikoze okwegomba kwammwe.' Bw'osaba ekintu okimalire ku kwegomba kwo ggwe, tosobola kukifuna kubanga si kwe kwagala kwa Katonda. Naye nga mu biseera ebisinga abantu basaba okusinziira ku kwegomba kwabwe. Basaba bafune obugagga, etutumu, n'amaanyi basobola okuba obulungi n'okufuna amalala. Kino kinakuwaza nnyo mu buweereza bwange buno. Omukisa gwe nnyini era omutuufu si buggagga, ttutumu oba maanyi wabula okukulaakula kw'omwoyo gw'omuntu.

Ne bw'oba n'ebintu ebyenkana wa, bikugasa ki bw'oba tofunye bulokozi? Kye tulina okujjukira nti ebintu by'oku nsi kuno byonna bijja kuggwaawo ng'olufu. 1 Yokaana 2:17 wagamba, "Era ensi eggwaawo, n'okwegomba kwayo, naye akola Katonda by'ayagala abeerera emirembe egitaggwaawo," era mu Mubuulizi 12:8 wagamba, "'Obutaliimu obusinga obutaliimu bwonna, bw'ayogera Omubuulizi, 'byonna butaliimu!'"

Kansuubire nti temukwatirwe baganda bammwe buggya nga mwesiba ku bintu ebitaliimu eby'ensi eno wabula mu be n'omutima omutuufu mu maaao ga Katonda. Olwo nno, Katonda ajja kuddamu okuyaayaana kw'omutima gwo era akuwe obwakabaka bw'omu Ggulu obutaggwaawo.

Obuggya n'Okwegomba Okw'omwoyo

Abantu bakkiririza mu Katonda kyokka ne bafuna obuggya kubanga balina okukkiriza kutono n'okwagala. Bw'oba obulamu mu kwagala Katonda era ng'olina okukkiriza kutono mu bwakabaka obw'omu ggulu, osobola okufuna obuggya okufuna obugagga, etutumu, n'amaanyi ag'ensi eno. Bw'oba ng'olina obukakafu obutuukiridde mu ddembe ery'abaana ba Katonda n'obutuuze mu ggulu, ab'oluganda mu kristo ba muwendo nnyo okusinga ab'omusaayi gwo ku nsi kuno. Kiri bwe kityo lwakuba tukkiriza nti tujja kubeera n'abo olubeerera mu Ggulu.

N'abatakkiriza abatanaba kukkiriza Yesu Kristo ba muwendo era be tulina okukulembera eri obwakabaka obw'omu ggulu. Waggulu w'okukkiriza kuno, nga bwe tuteekateeka okwagala okutuufu mu ffe, tujja kutandika okwagala baliraanwa baffe nga bwe tweyagala. Era, abalala bwe banaaba obulungi tujja kukisanyukira nga gyoli ffe abali obulungi. Abo abalina okukkiriza okutuufu tebajja kunoonya bintu bitaliimu eby'ensi, wabula bajja kugezaako okufuba ennyo mu mirimu gya Mukama okusobola okutwala obwakabaka obw'omu ggulu lwa mpaka. Kwe kugamba, bajja kubeera n'okwegomba okw'omwoyo.

Okuva ku biro bya Yokaana Omubatiza okutuusa leero obwakabaka obw'omu ggulu buwaguzibwa, n'abawaguza babunyaga lwa maanyi (Matayo 11:12).

Okwegomba okw'omwoyo kwa njawulo ku buggya. Kikulu okuba n'okw'okwagala ennyo n'okuba omwesigwa mu mirimu gya Mukama. Naye okwagala okwo bwe kuyitawo era ne kuva ku mazima oba bwe kuba kuleetera abalala okugwa, tekukkirizibwa. Bwe tuba nga tufuba mu mirimu gyaffe olwa Mukama, Tulina okulowooza ku byetaago by'abantu abatwetoolodde, nga tunoonya ebibaganyula, era tulabe nti tuli mu ddambe na buli omu.

4. Okwagala Tekwekulumbaza

Waliwo abantu ababeera beewaana. Tebafa na kuki balala kye banaawulira mu kwewaana kwabwe. Baagala kulaga ekyo kye balina nga bagala abalala babamanye. Yusufu yali yeewaana olw'ekirooto kye, bwe yali akyali mwana muto. Kino kyaviirako baganda be okumukyawa. Olw'okuba yayagalibwa nnyo kitaawe, yali tategeera bulungi mutima gwa baganda be. Era mu dda, bwe yatundibwa mu Misiri ng'omuddu era n'ayita mu kusoomoozebwa okungi yamala n'ateekateeka omutima gwe mu kwagala okw'omwoyo. Ng'abantu tebanateekateeka okwagala okw'omwoyo, basobola okumalawo emirembe okuyita mu kwewaana n'okwetwalira waggulu. Bwatyo Mukama ky'ava agamba, "Okwagala Tekwekulumbaza."

Mu bigambo bitono, okwekulumbaza kwe kweraga n'okweteekawo. Abantu ebiseera ebisinga bagala okumanyibwa bwe babeera balina kye bakoze okusinga ku balala. Kiki ekiyinza okuva mu kwekulumbaza okwo?

Eky'okulabirako, abazadde abamu beenyumiriza nnyo mu baana baabwe abasoma obulungi era tebagwa kuboogerako. Era, abalala ne babasanyukirako, naye abasinga ku bo bawulira bubi bwe bakiwulira. Basobola n'okuyombesa abaana baabwe awatali nsonga. Wadde omwana wo akola bulungi nnyo mu kusoma kwe, Bw'oba olinamu ku bulungi mu ggwe olina okulowooza ku balala kye bawulira, tojja kwogera nga weewaana olw'omwana wo asoma obulungi. Ojja kuba oyagala n'omwana wa muliraanwa wo okukola obulungi, era bw'asoma obulungi ojja kumusiima.

Abo abeewaana ebiseera ebisinga babeera tebagala kukkiriza nti n'abalala bakoze emirimu emirungi. Mu ngeri emu oba endala bagezaako okussa wansi ebya balala nga balowooza abalala gye bakoma okusiimibwa bo tebajja kulabibwa. Eno y'emu ku ngeri okwewaana gye kuleetamu emitawaana. Na bwe kityo, omutima ogwekulumbaza guba wala n'okwagala okutuufu. Oyinza okulowooza nti bwe weeyogerako abalala bajja kukutegeera mangu era bakwegombe, naye ng'ate kyongera kukukaluubiriza kubanga tosobola kufuna kitiibwa kituufu wadde okwagala. Mu kifo abantu abakwetoolodde okukwegomba, bajja kukukwatibwa ensaalwa, kijja kukuleetera abantu okukwatibwa ensaalwa n'obuggya. "Naye kaakano mwenyumiriza mu kwekulumbaza kwammwe; okwenyumiriza kwonna okuli bwe kutyo kubi" (Yakobo 4:16).

Okwekulumbaza Okw'obulamu Kuva mu Kwagala Ensi

Lwaki abantu beewaana? Lwakuba balina okwenyumiriza okw'amalala g'ensi mu bo. Okwegulumiza kw'obulamu bw'ensi kitegeeza "embala ey'okweraga okusinziira ku kwegomba kw'ensi eno." Kino kiva mu kwagala kw'ensi eno. Abantu batera okwenyumiriza mu bintu bye balowooza nti bikulu. Abo abagala sente bajja kwenyumiriza mu sente ze balina, eran'abo abatwala endabika ey'okungulu okuba enkulu, bajja kwenyumiriza mu ndabika yaabwe. Kwe kugamba, Bakulembeza ensimbi, endabika ey'okungulu, etutumu, oba amaanyi mu bantu okusooka Katonda.

Waliwo memba mu kanisa yaffe eyalina bizinensi eyali etambula obulungi ennyo ng'atunda ebyuma bikalimagezi ng'abitunza ebitongole ebyenjawulo mu Korea. N'ayagala okugaziya bisinensi ye eno. Ne yeewola sente za mirundi mingi n'ateeka ne Yintaneeti kafe n'okuguza abantu yintaneeti. Bizinensi yatuuka ng'erimu kapito wa kawumbi kamu aka sente ze Korea, nga ze ziringa obukadde bwa ddoola bubiri.

Naye tebyatambula bulungi era n'atandika okufiirwa era bwetyo bizinensi n'egwa. Ennyumba ye n'eteekebwa ku nnyondo, erang'abamubanja bamunoonyeza buli wamu. Bwatyo yalina okutandika okusula mu buzigo eyo wansi w'ebizimbe oba waggulu ku bizimbe. Bwatyo n'atandika okwetunulamu. Agenda okukizuula nti yali ayagala nnyo okwenyumiriza mu kuba obulungi era yali ayagala nnyo sente. N'ajjukira bwe yakalubiriza abantu abaalinga bamwetoolodde kubanga yali agaziya bizinensi ye okusinga ne ku busobozi bwe.

Bwe yeenenyeza ddala mu maaso ga Katonda n'omutima gwe gwonna era n'asuula eri omululu gwa sente, yali musanyufu wadde kati yali akola gw'akuyonja layini omuyita kazambi n'ebinnya ebitereka kazambi. Katonda n'atunula mu mbeera ye era n'amulaga ekkubo ery'okutandika bizinensi empya. Era, kati engeri gy'atambulira mu kkubo etuufu bulijjo, bizinensi ye etambula bulungi.

1 Yokaana 2:15-16 wagamba, "Temwagalanga nsi newakubadde ebiri mu nsi. Omuntu yenna bw'ayagalanga ensi, okwagala kwa Kitaffe tekuba mu ye. Kubanga buli ekiri mu nsi, okwegomba kw'omubiri, n'okwegomba kw'amaaso n'okwegulumiza kw'obulamu okutaliimu, tebiva eri Kitaffe, naye biva eri ensi.'

Keezeekiya, kabaka owa Yuda ey'omu maserengeta ow'ekumi n'esatu, yali w'amazima mu maaso ga Katonda era yalongoosa ne Yeekaalu. Yawangula okulumbibwa kwa Basuli okuyita mu kusaba; bwe yalwala ng'agenda kufa, yasaba mu maziga era emyaka gye ne gy'ongerwayo emyaka emirala 15. Naye yasigala n'okwenyumiriza kw'obulamu munda mu ye. Bwe yawona, Kabaka wa Babulooni n'amutumira ababaka.

Keezeekiya n'abasanyukira nnyo, era n'abalaga ennyumba

ey'ebintu bye eby'omuwendo omungi, effeeza ne zaabu, n'eby'akaloosa n'amafuta ag'omuwendo omungi, n'ennyumba yonna ey'eby'okulwanyisa bye. Tewali kintu mu nnyumba ye newakubadde mu matwale ge gonna Keezeekiya ky'atabalaga. Olw'okwenyumiriza kwe, Yuda ey'omu maserengeta yalumbibwa Abababulooni era eby'obugagga byonna n'ebitwalibwa (Isaaya 39:1-6). Okwenyumiriza kuva mu kwagala ensi, era kitegeeza omuntu talina kwagala eri Katonda. N'olwekyo, okuteekateeka okwagala okutuufu, omuntu alina okweggyako okwenyumiriza kw'obulamu okuva mu mutima gwe.

Okwenyumiriza mu Mukama

Waliwo okwenyumiriza okulungi. Kwe kwenyumiriza mu Mukama nga bwe kyawandiikibwa mu 2 Abakkolinso 10:17, "naye eyeenyumiriza yeenyumirizenga mu Mukama waffe.' Okwenyumirizanga mu Mukama kwe kuddiza Katonda ekitiibwa, n'olwekyo gy'okoma okukola ekyo n'okuba ekirungi. Eky'okulabirako ekirungi eky'okwenyumiriza okw'ekika ekyo 'bwe bujjulizi.'

Pawulo yagamba mu Baggalatiya 6:14, "Naye nze ssaagala kwenyumirizanga, wabula ku musalaba gwa Mukama waffe Yesu Kristo, olw'ogwo, ensi ekomereddwa gye ndi, nange eri ensi.'

Nga bwe yagamba, twenyumirize mu Yesu Kristo oyo eyatulokola era n'atuwa obwakabaka obw'omu ggulu. Twali baakufa olw'ebibi byaffe, naye Mukama waffe Yesu yeebazibwe oyo eyasasula ebibi byaffe ku musaalaba, ne tufuna obulamu obutaggwaawo. Nga tulina okumwebaza!

Olw'ensonga eno omutume Pawulo yeenyumiriza mu bunafu bwe. Mu 2 Bakkolinso 12:9 wagamba, "N'ang'amba [Mukama], 'Ekisa kyange kikumala, kubanga amaanyi gange gatuukirira mu bunafu.' Kyennaavanga nneenyumiriza n'essanyu eringi olw'obunafu bwange, amaanyi ga Kristo galyoke gasiisire ku nze.'

Ekituufu, Pawulo yakola obubonero bungi n'eby'ewuunyisa abantu ne batuuka n'okutwalira abalwadde obutambaala oba ebikubiro ebyali bimukoonyeeko era ne bawona. Yatambula engendo z'obuminsane za mirundi esatu n'atwala abantu bangi eri Mukama n'okuzimba ekkanisa mu bibuga bingi. Naye agamba nti si yeeyakola emirimu gino. Yeenyumiriza mu ky'okuba nti kyali kisa kya Katonda n'amaanyi ga Katonda eby'amuganya okukola ebyo bye yakola.

Ennaku zino, abantu bangi bawa obujjulizi engeri gye baasisinkanyeemu ne Katonda omulamu mu bulamu bwabwe obwa bulijjo. Balaga okwagala kwa Katonda nga bagamba baawonyezeddwa endwadde, baafunye omukisa gw'ensimbi, ne ddembe mu maka bwe baanoonya Katonda n'omutima gwabwe gwonna era ne balaga ebikolwa ebiraga okwagala kwabwe Gyali.

Nga bwe ky'ogera mu Ngero 8:17 awasoma nti, "Njagala abo abanjagala; n'abo abanyiikira okunnoonya balindaba," Beebaza nti baasisinkana okwagala kwa Katonda okw'amaanyi era ne bafuna okukkiriza okungi, ekitegeeza nti baafuna emikisa egy'omwoyo. Okwenyumiriza okulinga okwo mu Mukama kuweesa Katonda ekitiibwa erane kusiga okukkiriza n'obulamu mu mitima gy'abantu. Mu kukola kino bakung'anya empeera mu Ggulu era okuyaayaana kwabwe okw'omu mutima kujja kuddibwamu mangu.

Naye mu kino tulina okwegendereza mu kintu kimu. Abantu abamu bagamba nti baddiza Katonda ekitiibwa naye nga mubutuufu bagala ekyo kye bakoze kimanyibwe abalala. Kwe kugamba babeera bategeeza nti baasobodde okufuna emikisa ku lw'amaanyi ge baataddemu. Kirabika nga nti baddiza Katonda ekitiibwa, naye nga ebya ddala eky'ekitiibwa bali mu kukyeddiza. Setaani ajja kubalumiriza abantu ab'ekika ekyo. Anti, n'ekiva mu bo okwenyumiriza kijja kulagibwa; basobola okusisinkana ebigezo eby'enjawulo n'ebisoomoza, singa babeera tebatunuuliddwa nga baagala, bava buvi ku Katonda.

Abaruumi 15:2 wagamba, "Buli muntu mu ffe asanyusenga munne mu bulungi olw'okuzimba.' Nga bwe ky'ogera, bulijjo tulina okwogera ne baliraanwa baffe okubatereeza n'okusimba mu bo okukkiriza n'obulamu mu bo. Ng'amazzi bwe gafuuka amalungi gye gakoma okuyita mu kasengejja, tulina okuba n'akasengejja ak'ebigambo byaffe nga tetunayogera, nga tulowooza oba nga bye tugenda okwogera birina kye byongera ku oyo atuwuliriza oba binaayongera ku mulumya.

Okweggyako Okwenyumiriza Kw'ensi Okutaliimu

Wadde balina bingi eby'okwenyumirizaamu, teri muntu asobola okubeerawo olubeera. Kyokka oluvannyuma lw'obulamu buno ku nsi kuno, buli muntu ajja kugenda mu Ggulu oba mu Ggeyeena. Mu ggulu, n'enguudo kwe tutambulira za zaabu, era eby'obugagga byayo tebisobola kugeraageranyizibwa na bya ku nsi kuno. Kitegeeza nti okwenyumiriza mu nsi eno tekulina makulu. Era, omuntu ne bw'abeera n'obugagga bungi, etutumu, okumanya, n'amaanyi, asobola okubyenyumirizaamu bw'anaagenda mu Ggeyeena?

Yesu n'agamba nti, "Kubanga omuntu kulimugasa kutya okulya ensi yonna, naye ng'afiiriddwa obulamu bwe? Oba omuntu aliwaayo ki okununula obulamu bwe? Kubanga Omwana w'omuntu agenda kujjira mu kitiibwa kya Kitaawe ne bamalayika

Be, n'alyoka asasula buli muntu nga bwe yakola" (Matayo 16:26-27).

Okwenyumiriza mu nsi tekuliyinza kugaba bulamu obutagwaawo wadde okutukuzibwa. Wabula kuyimusa okuyaayaana kw'ensi okutaliimu era bwe kutyo ne kututwala mu kuzikirira. Bwe tutegeera kino era omutima gwaffe ne tugujjuza essuubi erye Eggulu, tujja kufuna amaanyi okweggyako okw'enyumiriza kw'amalala g'ensi okutaliimu. Kibanga omwana bw'asobola okusuula eri akamotoka ke akakadde akatali ka bbeeyi, ng'afunye akappya. Olw'okuba tumanyi obulungi bw'obwakabaka obw'omu ggulu obutasangika, tutelemera oba okufuba ennyo okufuna ebintu eby'ensi.

Bwe tweggyako okwenyumiriza kw'obulamu okutaliimu, tujja kuba tusigalidde kwenyumiriza mu Yesu Kristo yekka. Tujja kuwulira nga tewali kintu kyonna mu nsi munno kisaana kwenyumirizaamu, wabula, tujja kwesiimisa ekitiibwa kye tujja okweyagaliramu olubeerera mu bwakabaka obw'omu ggulu. Olwo, tujja kujjuzibwa essanyu lye tutawulirangako. Wadde tuyinza okusisinkana embeera etali nnyangu mu kutambula kwaffe mu bulamu, tetujja kuwulira nti buzibu nnyo. Tujja kwebazanga bwebaza olw' okwagala kwa Katonda oyo atuwadde omwana We Omu yekka Yesu okutulokola, era mu kyo tusobola okujjuzibwa essanyu mu mbeera zonna. Bwe tutanoonya okwenyumiriza mu malala g'obulamu bw'ensi eno, tetujja kuwulira ng'abayimusiddwa ennyo bwe tutenderezebwa, oba okuwulira obubi ennyo bwe tutasiimibwa. Tujja kwekebera mu bwetoowaaze okusinga nga tutenderezeddwa, era tujja kwebaza bwebaza kyokka bwe tunenyezebwa tujja kweyongera okukyuka.

5. Okwagala Tekwegulumiza

Abo abeegulumiza babeera bawulira nga basinga abalala bonna era ne batandika okwemanya. Ebintu bwe bibatambulira obulungi, babeera balowooza nti lwakuba bakoze omulimu omulungi erane bongera okwemanya oba ne banafuwa. Bayibuli egamba obumu ku bubi Katonda bwasinga okukyawa kwe kwegulumiza. Okwemanya ye nsonga enkulu lwaki abantu baazimba omunaala gwe baberi okuwakana ne Katonda, era nga kye kyaviirako Katonda okuteekawo ennimu ez'enjawulo.

Embala Z'abantu Abeegulumiza

Omuntu eyeegulumiza abalala abatwala ng'aba wansi ku ye era abalala abanyooma oba nga tabalaba ng'abalina omugaso. Omuntu ow'ekika ekyo awulira nga wa waggulu nnyo ku balala mu mbeera zonna. Yeeraba nga yakyasinze. Anyooma, era abalala n'abalaba nga bali wansi we era n'agezaako okubasomesa mu buli kimu. Alaga mangu nnyo endowooza y'okwemanya eri abo abalinga abali wansi we. Olumu, mu kwegulumiza okussusse, tassaayo mwoyo eri abo abamusingako mu bizinensi oba mu kitiibwa. Tawuliriza magezi gamuweebwa, agoba n'okusazaamu amagezi abamusingako ge bamuwa. Ajja kwemulugunya ng'alowooza, "Mukama wange ebyo abyogera kubanga tamanyi kyayogerako," oba n'agamba, "Byonna ebyo mbimanyi era nsobola okubikola obulungi ennyo.'

Omuntu ng'oyo abeera awakana nnyo n'okuyomba n'abalala.

Engero 13:10 wagamba, "Amalala galeeta okuwakana okwereere. Naye amagezi gaba n'abo abateesa obulungi.'

2 Timoseewo 2:23 watubuulira nti, "Naye empaka ez'obusirusiru era ez'obutayigirizibwa ozirekanga ng'omanyi nga zizaala okulwana.' Eyo yensonga lwaki kiba kya busirusiru era kikyamu okulowooza nti ggwe wekka ggwe mutuufu.

Buli muntu abeerako bw'alowooza n'emitima gy'abantu gibeera gya njawulo. Kiri bwe kityo lwakuba buli muntu wa njawulo mu by'alabye, by'awulidde, by'ayiseemu ne by'asomeseddwa. Lwakuba bingi ku bintu abantu bye bamanyi bibeera bikyamu n'ebirala byayingizibwa bubi. Ebyo bye tumanyi bwe tuba tubimanyidde ebbanga ddene, tuyinza okubiraba nga bye bituufu okusinziira ku bipimo bye tweteerawo. Okulowooza nti ekintu kye kituufu kwe kulemera ku nsonga yo yokka ng'olowooza nti yentuufu, era bwe tulwawo nga bwe tulowooza kiba kirabika nga kye kituufu. Abamu ebipimo kwe basinziira okulowooza nti be batuufu bye balowooza nti bituufu okusinziira ku ngeri gye bakuziddwa oba bye basomeseddwa.

Ebipimo ebyo byetweteereddewo biringa bw'olaba ekikula ky'omubiri gw'omuntu. Kasita kitondebwa, kiba kizibu okukimenya. Ebirowoozo by'abantu ebisinga obungi biva mw'ebyo bye baagenderako nga balowooza bye bituufu. Omuntu awulira nga wa wansi buli kimu akitwala wala singa abeera agambiddwako. Oba, ng'enjogera egamba nti, omugagga bw'akyusa mu ngoye ze, abantu balowooza nti ayagala kubeeragirako na kuzibalaga. Omuntu bw'akozesa ebigambo ebizibu ng'ayogera, abantu balowooza nti abalaga nga bw'ali omugagga mu lulimi, nti era abanyooma.

Bwe nnali nkyasoma ku ddaala erisookerwako n'ayiga okuva ku musomesa wange nti ekibumbe ekyaniriza abagwiira mu Amerika kisangibwa mu kibuga San Francisco. Nzijjukira bulungi bwe yagyayo n'ekifaananyi kyakyo ng'atusomesa. Mu myaka gye 90, n'agenda mu Amerika okukulembera olukung'ana lw'okudda obuggya. Olwo nno lwe n'akitegeera nti Ekibumbe kino kisangibwa mu kibuga New York.

Nze ekibumbe nali nkisuubira kubeera mu San Francisco, ate saamanya lwaki kyali mu kibuga New York. N'embuuza abantu be nali n'abo ne bankakasa nti ddala kyali mu New York. Kwe kukitegeera nti ekyo kye mbadde mmanyi nti kituufu tekibadde kituufu. Mu kiseera ekyo n'alowooza nti oba ne by'endowooza nti bituufu n'abyo bikyamu. Abantu bangi bakkiririza era ne balemera ku bintu ebitali bituufu.

Wadde nga si bituufu, abo abeegulumiza tebajja kukikkiriza wabula basigala bakkiririza mu ndowooza yaabwe, era kino kiyinza n'okubaviiramu okuyomba. Naye abo abawoombeefu tebajja kuyomba omuntu oli omulala ne bw'aba mukyamu. Wadde bakakafu 100% nti be batuufu, era balowooza nti osanga bayinza okuba abakyamu, kubanga babeera tebagala kuwakana ku lwa kusinga.

Omutima omuwoombeefu gulina okwagala okw'omwoyo ogulaba abalala nti basingako. Wadde abalala tebali bulungi nnyo, nga tebaasoma nnyo, oba nga si bamanyiddwa nnyo, n'omutima omuwoombeefu abalala tujja kubatwala nga batusingako okuva mu mutima gwaffe. Tuba tujja kutwala emyoyo gyonna nga gya muwendo nnyo kubanga Yesu yayiwa omusaayi ggwe ku lw'agyo.

Okwegulumiza okw'omubiri n'okwegulumiza Okw'omwoyo

Omuntu bw'alaga ebikolwa eby'agatali mazima eby'okungulu ng'ebyo eby'okweteeka ku mwanjo, okwegulumiza n'okunyooma abalala, kyangu okutegeera okwegulumiza ng'okwo. Bwe tukkiriza Mukama era ne tutandika okumanya amazima, embala zino ez'okwegulumiza okw'omubiri zisobola okutugibwako. So nga si bwe kiri ku kwegulumiza okw'omwoyo, si kyangu omuntu okutegeera n'okweggyako okwegulumiza okw'omwoyo. Olwo okwegulumiza okw'omwoyo kwe kuliwa?

Bw'ogenda mu kanisa okumala ebbanga, obeera oyingizza okumanya okuwerako okw'ekigambo kya Katonda. Oyinza n'okuweebwa ekitiibwa n'ebifo mu kkanisa oba okulondebwa ng'omukulembeze. Awo oyinza okuwulira muli nti olinako w'otuuse mu kumanya Ekigambo kya Katonda mu mutima gwo okutuuka n'okulowooza nti, "ntuukiriza bingi nnyo. Nteekwa okuba ndi mutuufu mu bintu bingi!" Oyinza n'okunenya, okusala emisango n'okukolokota abalala n'ekigambo kya Katonda kye wayingiza ng'amagezi amamanye, ng'olowooza ekituufu okyawulawo ku kikyamu ng'okozesa amazima. Abamu ku bakulembeze b'ekkanisa bagoberera bye bafunamu era ne bamenya amateeka n'enkola bye balina okuba nga bakuuma. Bamenyera ddala amateeka g'ekkanisa mu bikolwa, naye ne balowooza, "Bwe mba nze mu kino ekifo kye ndimu tekirina buzibu. Nze nzekka.' Emmeemeey'egulumiza bw'etyo kwe kwegulumiza okw'omwoyo.

Bwe twatula nga bwe twagala Katonda kyokka nga tetufa ku mateeka n'enkola Ze n'omutima ogw'egulumiza, okwatula kuno tekuba kutuufu. Bwe tuba tusalira abalala emisango n'okubakolokota, tetusobola kuyitibwa abalina okwagala okutuufu. Amazima gatusomesa okutunuulira, okuwuliriza n'okwogera birungi byokka ku bantu abalala.

Temwogeraganangako bubi ab'oluganda. Ayogera obubi ku w'oluganda, oba asalira omusango ow'oluganda, ayogera obubi ku mateeka, era asalira musango mateeka, nga toli mukozi wa mateeka, wabula omusazi w'omusango (Yakobo 4:11).

Owulira otya ng'ozudde obunafu bw'abalala?

Jack Kornfield, mu kitabo kye Engeri Ey'okusonyiwa, okwagala okw'ekisa, n'eddembe, awandiika ku ngeri ez'enjawulo ez'okukwatamu ebikolwa ebitaliimu magezi ga njawulo

"Mu kika kya Babemba mu nsi ya South Africa, omuntu bwe yeeyisa mu ngeri etali ya buvunaanyizibwa oba etali y'amazima, ateekebwa wakati ku kyalo yekka nga tasibiddwa. Eby'okukola byonna n'ebasooka babivaako, era buli musajja, mukazi, n'omwana mu kyalo ne bakung'ana ne bamwetooloola. Awo buli muntu mu kika ayogera eri omusibe, omu ku omu, nga buli omu ajjukira ebintu ebirungi omuntu oyo ali wakati bye yali amukoledde mu bulamu bwe. Kyonna ekyali kibaddewo, kye basobola okujjukira nga bwe kyali, ky'ogerebwa. Ebyo byonna byalina ebirungi, ebikolwa ebirungi, obusobozi bwe, n'eby'ekisa byogerwako era nga bagenda mpola. Omukolo gw'ekika kino guyinza n'okutwala ennaku eziwera. Era ku nkomerero, okumwetooloola bakuvaako, era ne batandika okujaganya, era awo k'aba kabonero akalaga nti omuntu ayaniriziddwa buto mu kika.'

Okuyita mu ngeri eno, oyo omuntu aliko kye yabadde akoze addamu okufuna obuvumu n'asalawo buto okukolerera ekika kye. Enkola eyo nnungi nnyo, era kigambibwa nti emisango tegitera kutuukawo mu kitundu kino.

Bwe tutunuulira ensobi z'abantu abalala, tusobola okulowooza oba tubasalire omusango n'okubakolokota okusooka oba omutima gwaffe omusaasizi gukisukkuluma. N'ekipimo kino, tusobola okwekenneenya tutuuse wa mu kuteekateeka obuteefu n'okwagala. Nga twekebera obutalekaayo, tetulina kumatira na kye twatuukako edda, olwokuba tubadde bakkiriza okumala ebbanga ddene.

Ng'omuntu tannatukuzibwa mu bujjuvu, buli muntu alina embala eganya okukula kw'okwegulumiza. N'olwekyo, kikulu nnyo okukuulayo emirandiira gy'embala ey'okwegulumiza. Esobola okufubutukayo nate essaawa yonna okuggyako ng'ogisimbulizza ddala okuyita mu kusaba okw'amaanyi. Kibanga bw'ossaawa omuddo gujja kugenda mu maaso nga gukula okujjako ng'ogukuddeyo gwonna. Kwe kugamba, olw'okuba embala ey'obubi tennakulibwayo ddala mu mutima, okwegulumiza kukomawo nate mu birowoozo gye bakoma okutambulira mu kukkiriza ebbanga ddene. N'olwekyo, bulijjo tulina okwetoowaaza ng'abaana abato mu maaso ga Mukama, ng'abalala tubwatwala nti batusingako, era nga tufuba bulijjo okuteekateeka okwagala okw'omwoyo.

Abantu Abeegulumiza Bekkiririzaamu

Nebukaduneeza ye yaggulawo omulembe gwa zaabu ogwa Babulooni Ekikulu. Ebimu ku byewuunyo ebyedda, ennimiro ereebeeta yasooka kukolebwa ku mulembe gwe. Yali yeegulumiza nti obwakabaka bwe n'emirimu egyakolebwamu gaali maanyi ge amangi. Ne yeekolera ekibumbe era n'agamba abantu bakisinze. Danyeri 4:30 wagamba, "kabaka n'ayogera nti, 'Kino si Babulooni ekikulu, kye nnazimba okuba ennyumba ya bakabaka n'amaanyi ag'obuyinza bwange n'ekitiibwa eky'obukulu bwange?'"

Katonda olwagira n'amuganya okutegeera omufuzi w'ensi yennyini y'ani (Danyeri 4:31-32). Yagobebwa mu lubiri, n'alya omuddo ng'ente, era n'abeera ng'ekisoro eky'omu nsiko mu ddungu okumala emyaka musanvu. Amakulu g'entebe ye mu kiseera ekyo galiwa? Tetulina kye tuyinza kukola singa Katonda takikkiriza. Nabukadduneeza yaddamu n'atereera oluvannyuma lw'emyaka musanvu. N'ategeera okwegulumiza kwe era n'akkiriza Katonda. Danyeri 4:37 wasoma nti, "kale, nze Nebukadduneeza mmutendereza era mmugulumiza era mmuwa ekitiibwa Kabaka w'eggulu, kubanga emirimu gye gyonna mazima, n'amakubo ge ga nsonga, n'abo abatambulira mu malala ayinza okubajeeza.'

Tekiri ku Nebukadduneeza yekka. Abatakkiriza mu nsi bagamba, "Nnekkiririzaamu.' Naye ensi tebabeerera nnyangu kugiwangula. Waliwo ebizibu bingi mu nsi ebitasobola kugonjoolwa n'abusobozi bwa bantu. N'amagezi ga sayansi agakyasingiddeyo ddala ne tekinologiya tebigasa ebigwa bitalaze bwe bigwawo omuli omuyaga ogw'amaanyi ne musisi n'ebirala ebigwa bitalaze.

Ye ate endwadde za bika bimeka ezitasobola kuwonyezebwa ne ddagala ery'omulembe? Naye abantu bangi beesigama ku maanyi gaabwe mu kifo kya Katonda nga basisinkanye ebizibu. Beesigama ku birowoozo byabwe, ku ebyo bye bayiseemu n'amagezi gaabwe. Naye bwe bibeera tebibatambulira bulungi era ne baba nga bakyasisinkana ebizibu, ate ne beemulugunyiza Katonda wadde nga tebakkiririza mu Katonda. Kino kibaawo olw'okwegulumiza okuli mu mitima gyabwe. Olw'okwegulumiza okwo, teboogera bunafu bwabwe era ne balemererwa okukkiririza mu Katonda.

Ekisinga okukwasa ennaku kwe kuba nti abakkiririza mu Katonda abamu beesigam aku nsi n'okwekkiririzaamu mu kifo ky'okwesigama ku Katonda. Katonda ayagala abaana Be okukulaakulana era batambulire mu buyambi Bwe. Naye bw'oba toli mwetegefu kwewoombeeka mu maaso ga Katonda mu kwegulumiza kwo, Katonda tasobola kukuyamba. Kale, awo obeera tosobola kukuumibwa omulabe setaani obutakulumba era obeera okulaakulana mu ngeri zo. Nga Katonda bw'agamba mu Ngero 18:12, "Okuzikiriza nga tekunnabaawo omutima gw'omuntu gwegulumiza, Era okwetoowaza kukulembera ekitiibwa," Teri kirala kikuleetera kulemererwa n'okuzikirira wabula okwegulumiza kwo.

Katonda abantu abeegulumiza abayita basirusiru. Eri Katonda oyo akola entebe ey'omu ggulu n'ettaka okutambulirwa, okubeerawo kw'omuntu nga kitono nnyo gyali? Abantu bonna baatondebwa mu kifaananyi kya Katonda era ffenna twenkana ng'abaana ba Katonda wadde oli ali mu kifo ekya waggulu oba ekya wansi. Ne bwe tubeera ne bimeka bye twenyumirizaamu ku nsi, obulamu bw'ensi eno bwa kaseera buseera. Obulamu buno obumpi bwe bukoma, buli muntu ajja kusalirwa omusango mu maaso ga Katonda. Era tujja kusitulibwa okugenda mu Ggulu okusinziira ku bye tukoze mu bwetoowaze ku nsi kuno. Kiri bwe kityo lwakuba Mukama ajja kutugulumiza nga bwe kyogera mu Yakobo 4:10 awagamba nti, "Mwetowazenga mu maaso ga Mukama waffe, naye alibagulumiza."

Amazzi bwe gasigala mu kitaba, gajja kubeerawo nga tegatambula era ekinaavaamu envunyu zijja kukajjula. Naye amazzi bwe gabeera gakulukuta, gajja kumala gatuuke mu nyanja era g'awe obulamu ebintu bingi ebiri mu nnyanja. Mu ngeri y'emu, katwetowaaze tusobole okufuuka ab'amaanyi mu maaso ga Katonda.

Embala Z'okwagala Okwomwoyo I	1. Kugumiikiriza
	2. Kulina Ekisa
	3. Tekuba na Buggya
	4. Tekwekulumbaza
	5. Tekwegulumiza

6. Okwagala Tekukola Bitasaana

'Empisa' oba 'Eneeyisa' yengeri entuufu ey'okweyisaamu mu bantu, nga yendowooza n'engeri omuntu gye yeeyisaamu eri abalala. Engeri zino ez'okweyisaamu mu bulamu bwaffe obwa bulijjo zirimu ebika bingi gamba nga engeri omuntu gyalina okunyumya, okuliira ku mmeeza, oba okweyisaamu ng'ali mu bifo ewabeera abantu abangi gamba nga webalagira emizannyo.

Empisa ennungi kikulu nnyo mu bulamu bwaffe. Empisa ezikkirizibwa mu bantu ezituukira obulungi mu kifo oba ku mukolo zirina ekifaananyi kinene nnyo kye ziwa abantu abalala. So nga si bwe kiba, singa tetulaga mpisa nnungi oba bwe tutafa ku mpisa ezisookerwako, era kiyinza n'okuleetera abantu abatwetooloddewo okubulwa emirembe. Era, bwe tugamba nti twagala omuntu naye ne tweyisa bubi gyali, kiba kizibu omuntu oyo okukkiriza nti ddala tumwagala.

Enkuluze eyitibwa Merriam-Webster esangibwa ku yintaneeti eyogera ku 'bitasaana' nga 'ebitatuukira ku ddaala oba embeera y'obulamu omuntu mwali.' Wano n'awo era waliwo ebika by'eneeyisa abantu bye balina okweyisaamu mu bulamu bwaffe obwa bulijjo ebiwera, gamba nga mu kubuuza ne mu kunyumza. Ekitwewuunyisa, abantu bangi tebamanyi nti beeyisizza bubi, ne bwe b'aba beeyisizza mu ngeri etali nnungi. Kwe kugamba, kitwanguyira nnyo okumala geeyisa mu maaso g'omuntu bwe mukwatagana ennyo. Kiba bwe kityo, lwakuba bwe tumanyiira abantu, tutera okweyisa nga bwe twagala oba eby'empisa ne tubissa ebbali.

Naye bwe tuba n'okwagala okutuufu, tetweyisa mu ngeri etasaana. katugambe olina ekikomo eky'omuwendo era nga kirungi ennyo. Oyinza okumala gakikwata? Ojja kubeera okyegendereza nnyo kireme kumenyeka, oba okukibuza. Mu ngeri y'emu, bw'oba nga ddala oyagala omuntu, tomuyise ng'ow'omuwendo?

Waliwo embeera za mirundi ebiri ez'okweyisa mu ngeri etasaana: oba okweyisa obubi mu maaso ga Katonda n'eri abantu.

Okweyisa mu Ngeri Etasaana mu Maaso ga Katonda

Ne mw'abo abakkiririza mu Katonda era nga boogera nti baagala Katonda, bwe tutunuulira ebikolwa byabwe era ne tuwulira ebigambo byabwe waliwo bangi abali ewala n'okwagala kwa Katonda. Eky'okulabirako, okusumagira mu kusaba kuba kw'eyisa mu ngeri etasaana mu maaso ga Katonda.

Okusumagira ng'okusaba kugenda mu maaso kiba kye kimu n'okusumagira mu maaso g'okubeerawo kwa Katonda Yennyini. Kiba kirabika bubi singa omuntu asumagira mu maaso ga Pulezidenti w'eggwanga oba omukulu w'ekitongole. Olwo, ate bwe kiba mu maaso ga Katonda? Kibuusibwabuusibwa gwe okugenda mu maaso ng'ogamba nti oyagala Katonda. Oba, katugambe ogenze kukyalira ku muntu gw'oyagala ennyo kyokka n'obeera ng'osumagira mu maaso ge. Olwo, tuyinza tutya okugamba nti ddala oyagala omuntu oyo?

Era, bwe mutandika okunyumiza mu kanisa ng'okusaba kugenda maaso oba ebirowoozo byo bwe bibeera wala ddala mu kifo ky'omu kanisa, n'akwo kubeera kweyisa mu ngeri etasaana. Eneeyisa ng'eno ebeera eraga nti oyo ali mu kusaba abeera tatya Katonda wadde okumwagala.

Eneeyisa ng'eyo esumbuwa n'omubuulizi. Katugambe waliwo omukkiriza ayogera n'omulala gw'atudde naye, oba ng'ali awo olowooza birala oba n'okusumagira. Awo, omubuulizi ayinza okulowooza nti by'abuulira tebiriimu. Ayinza okufiirwa okulung'amizibwa kw'Omwoyo Omutukuvu, kale n'aba nga tasobola kubuulira n'obujjuvu bw'Omwoyo. Ebikolwa bino byonna bijja kukosa abakkiriza abalala.

Kye kimu n'okuva mu kanisa ng'okusaba kugenda mu maaso. Kituufu, mubeeramu abakebezi abalina okufuluma ebweru olw'obuvunaanyizibwa bwabwe mu kutambuza okusaba. Wabula, okujjako ng'embeera ya njawulo ddala nga teyeewalika, kiba kisaana okufuluma oba okutambulatambula ng'okusaba kuweeredde ddala. Abantu abamu balowooza, "Kasita tuwuliriza obubaka ne tugenda nga bunaatera okuggwa," naye nga kino n'akyo kuba kweyisa mu ngeri etasaana.

Okusaba kw'ennaku zino kugeraageranyizibwa n'okuwaayo ssaddaaka ey'okyebwa mu Ndagaano Enkadde. Bwe baawangayo ssaddaaka enjokye, Nga balina okusalasala ensolo mu bitundutundu era oluvannyuma ne bookya ebitundu byonna (Eby'abaleevi 1:9).

Kino, mu makulu g'ennaku zino, kitegeeza nti tulina okuwaayo obudde bwonna mu kusaba okuva lwe kutandika okutuuka lwe kuggwa okusinziira ku nkola ezaatekebwaawo okugoberewa. Tulina okugoberera buli kimu nga bwe kitambula mu kusaba n'omutima gwaffe gwonna, okuviira ddala ku kusaba mu kasirise okutuuka lwe twatula ekisa. Bwe tutendereza oba okusaba, oba ne mu ssaawa y'okuwaayo n'ebirango, tulina okuwaayo omutima gwaffe gwonna. Ng'ogyeeko okusaba okutongole, mu kukung'ana kwonna okulala, okutendereza n'okusinza, oba bwe tukung'anira mu maka g'abakristaayo, Tulina okubyetabamu n'omutima gwaffe gwonna.

Okusinza Katonda n'omutima gwaffe gwonna, okusookera ddala, tetulina kujja mu kusaba kikerezi. Si kiba kirungi kukeerewa nga mwalaganye okusisinkana n'abantu abalala, ate olwo kiba kitya ng'okeereye mu kusisinka Katonda? Katonda abeera alinze we tusinziza n'okusaba okukkiriza okusinza kwaffe.

N'olwekyo, tetulina kutuuka ng'okusaba kubulayo katono nnyo okutandika. Ziba mpisa okujja nga bukyali n'osaba mukwenenya era ne weetegekera okusaba. Era, okukuba oba okukwata essimu mu kusaba, okuleka abaana ne bazannyira mu kanisa kuba kweyisa mu ngeri etasaana. Okugaaya obbiti oba okulya emmere wakati mu kusaba, kuba kw'eyisa mu ngeri etasaana.

Endabika gy'olabikamu mu kusaba n'ayo nkulu nnyo. Tekiba kituufu okujja mu kanisa n'engoye ezisiibwamu oba engoye ez'okukoleramu. Kiri bwe kityo lwakuba y'engeri ey'okulagamu engeri gye tutyamu omuntu omulala. Abaana ba Katonda abakkiririza ddala mu Katonda era nga bamanyi Katonda bwali Ow'omuwendo. Bwe bajja okumusinza, bajja mu lugoye olusingayo obulungi lwe balina.

Kale waliwo ebisonyiyibwa. Ku lunaku olw'Okusatu n'Olw'okutaano oba okusaba kw'ekiro kyonna, abantu bangi bava ku mirimu butereevu. Kale bwe banguyirira okujja mu kusaba mu budde, basobola okujjira mu ngoye zaabwe ze bakoleramu. Mu mbeera ng'eno, Katonda tajja kugamba nti beeyisa mu ngeri etasaana wabula ate ajja kujaganya kubanga ajja kuba afuna akawoowo okuva eri emitima gyabwe olw'okuba bajja badduka okumusinza wadde nga babadde n'emirimu egy'okumaliriza.

Katonda ayagala okussa ekimu okujjudde okwegala naffe okuyita mu kusinza n'okusaba. Buno bwe buvunaanyizibwa abaana ba Katonda bwe balina okutuukiriza. Naddala, okusaba ebeera mboozi ne Katonda. Olumu, abalala bwe babeera basaba, omuntu asobola okubakoonako balekerawo okusaba kubanga waliwo ekyetaago eky'amaanyi.

Kino kiba kye kimu ng'okuyingirira omuntu aliko kyayogera ne mukama we. Era, bw'oba osaba, n'olekerawo okusaba amangu ago ng'omuntu akukonyeeko oba akuyita, n'akyo kibeera kweyisa mu ngeri etasaana. Mu mbeera eno, Olina okusooka okumaliriza okusaba, olwo n'olyoka oddamu.

Bwe tusinza n'okusaba mu mwoyo ne mu mazima, Katonda atuddiza emikisa n'empeera. Addamu okusaba kwaffe mangu ddala. Kiri bwe kityo lwakuba abeera afuna akawoowo ak'emitima gyaffe n'essanyu. Naye bwe tukung'anya eneeyisa etasaana okumala omwaka, emyaka ebiri, n'okweyongerayo, kijja kuteekawo ekisenge eky'ebibi wakati waffe ne Katonda. Ne wakati w'omwami n'omukyala oba wakati w'abazadde n'abaana, Enkolagana awatali kwagala bwe yeeyongerayo, wajja kubaawo ebizibu bingi. Kye kimu ne Katonda. Bwe tuba nga tuzimbye ekisenge wakati waffe ne Katonda, tetusobola kukuumibwa butafuna ndwadde oba obubenje, era tujja kusisinkana ebizibu eby'enjawulo. Tuyinza obutafuna eby'okuddamu eri okusaba kwaffe, ne bwe tusaba okumala ekiseera ekiwanvu. Naye bwe tuba n'endowooza entuufu mu kusinza n'okusaba, tusobola okugonjoola ebika by'ebizibu bingi.

Ekkanisa ye Nnyumba ya Katonda Entukuvu

Ekkanisa kye kifo Katonda wabeera. Zabuli 11:4 wagamba, "MUKAMA ali mu Yeekaalu Ye entukuvu, MUKAMA, entebe Ye eri mu ggulu.' Mu biseera by'Endagaano Enkadde, si buli omu nti yagendanga mu kifo ekitukuvu. Bakabona bokka beebaasobolanga okugendayo. Gwalinga omulundi gumu mu mwaka nga kabona omukulu ayingira Awatukuvu wa Watukuvu. Naye leero, olw'ekisa kya Mukama waffe, omuntu yenna asobola okuyingira mu yeekaalu okumusinza. Kiri bwe kityo lwakuba Yesu yatununula mu bibi byaffe n'omusaayi Gwe, nga bwe yagamba mu Abaebbulaniya 10:19, "Kale, ab'oluganda, bwe tulina obugumu okunyingira mu kifo ekitukuvu olw'omusaayi gwa Yesu.'

Yeekaalu tekitegeeza ekifo kyokka we tugenda okusaba. Kye kifo kyonna ekituukiriza ebisaanyizo bye kanisa, omuli n'ekibangirizi saako ebifo ebirala bingi. N'olwekyo, buli lwe tubeera mu kanisa, Tulina okubeera abeegendereza mu kigambo kyonna n'ebikolwa. Tetulina kunyiiga wadde okuyomba, oba okwogera ku masanyu g'ensi oba bizinensi mu yeekaalu. Kye kimu n'okumala gakwata ebintu bya Katonda ebitukuvu mu kanisa oba okubyonoona, oba okubimenya n'okubiyiwaayiwa.

Naddala, okugula oba okutunda ekintu kyonna eky'omu kanisa tekikkirizibwa. Olwaleero, nga okutunda ebintu okuyita ku yintaneeti kugenda kweyongera, abantu abamu basasulira ku Yintaneeti ebyo bye babeera bagula okuva mu kanisa oba n'okufuna ebintu mu kanisa. Ddala wabaawo okutunda n'okugula. Naye tulina okujjukira nti Yesu yafuula emmeeza okwatundirwanga era n'agoba abaali batunda ssaddaaka z'ebisolo eby'okuwaayo. Yesu n'ebisolo ebyali eby'okuwaayo nga ssaddaaka teyabikkiriza kubanga byali bitundibwa n'okugulibwa mu kanisa. N'olwekyo, tetulina kugula oba okutundu ekintu kyonna mu kanisa okusobola okugonjoola ebyataago byaffe. Kibanga okuteekawo akatale mu luggya lw'ekkanisa.

Ebifo byonna mu kanisa birina kubeera bya kusaba na kusinza Katonda, n'okuba n'okussa ekimu n'ab'oluganda mu Mukama. Bwe tusiiba ennyo ku kanisa n'okusisinkanirayo ennyo, tulina okwegendereza ennyo obutagimanyiira ne twerabira obutukuvu bwayo. Bwe tuba nga twagala ekkanisa, tetujja kweyisa mu ngeri etasaana mu kanisa, nga bwe kyawandiikibwa mu Zabuli 84:10, "Kubanga olunaku lumu mu mpya zo, lusinga olukumi, Njagala okuba omuggazi mu nnyumba ya Katonda wange okusinga okutuula mu weema ez'obubi.'

Okweyisa mu Ngeri Etasaana Eri Abantu

Bayibuli egamba nti oyo atayagala muganda we tasobola kwagala Katonda. bwe tweyisa mu ngeri etasaana eri abantu abalala be tulaba, olwo tuyinza tutya okutya Katonda oyo atalabika?

"Omuntu bw'ayogeranga nti, 'Njagala Katonda,' n'akyawa muganda we, mulimba, kubanga atayagala muganda we gwe yali alabyeko, Katonda gw'atalabangako tayinza kumwagala" (1 Yokaana 4:20).

Katwewale eneeyisa ezitasaana mu bulamu bwaffe obwa bulijjo, bye tutatera na kutegeeza nti tubikoze. Ebiseera ebisinga, bwe twenoonyeza ebyaffe ne tutalowooza ku balala, wajja kubaawo bye tukola bingi ebitasaana. Eky'okulabirako, bwe twogera ku ssimu, tulina enjogera gye tulina okwogeramu. Bwe tukuba ekiro essimu oba okwogerera ku ssimu okumala ekiseera ekiwanvu n'omuntu alina eby'okukola ebingi, kikosa omuntu oli omulala. Obutakuuma budde oba okumala gakyala ng'omuntu abadde takusuubira bye bimu ku by'okulabirako eby'okukola ebitasaana.

Omuntu ayinza okulowooza, "Naye ono tukwatagana nnyo okwo tekuube kuyisaawo okulowooza kw'ebyo byonna?" Oyinza okuba nga mukwatagana bulungi nnyo n'omuntu era nga mwetegeera bulungi nnyo. Naye ate era kizibu okutegeera omutima gwa munno 100%. Tuyinza okulowooza nti omuntu oyo omulala omulaga kwagala, naye ayinza okukitwala obulala. N'olwekyo, tulina okweteeka mu bigere by'omuntu omulala. Era tulina okwegenderereza ennyo obuteeyisa mu ngeri etasaana eri omuntu gwe tukwatagana naye obulungi ennyo.

Emirundi mingi tusobola okumala googera oba okukola ebintu ebikosa abantu abo bwe tukwatagana obulungi ennyo. Ne tuyisa bubi ab'oluganda lwaffe oba emikwano mu ngeri eno, era ekivaamu enkolagana etandika okwonooneka era olumu n'eggwaawo. Era abantu abakulu bamanyi okuyisa obubi aba abato oba abo abali kuddala erya wansi. Bamala googera nga tebabawa kitiibwa, oba babeera babalagira bulagizi ne bawuliza abalala bubi.

Naye leero, kizibu nnyo okusisinkana abantu abaweereza bazadde baabwe n'omutima gumu, abasomesa baabwe n'abakadde, betulina okuweererza. Abamu bayinza okugamba nti embeera zikyuse, naye waliwo ekintu ekitakyuka. Eby'abaleevi 19:32 wagamba, "Oseguliranga alina envi, era ossangamu ekitiibwa amaaso g'omukadde, era otyanga Katonda wo, nze MUKAMA.'

Okwagala kwa Katonda gye tuli kwe kutuukiriza obuvunaanyizibwa bwaffe ne mu bantu. Abaana ba Katonda tebalina kumenya mateeka ag'ensi eno beewale okukola ebitasaana. Eky'okulabirako, Bwe tuleeta akavuyo mu kifo eky'olukale, nga okuwanda mu nguudo, oba ne tuvvoola amateeka g'okunguudo, kubeera kweyisa mu ngeri etasaana eri abantu bangi. Tuli Bakristaayo abalina okubeera ekitangaala era omunnyo gw'ensi, n'olwekyo tulina okuba abegendereza ennyo mu bigambo byaffe, ebikolwa ne neeyisa.

Amateeka g'Okwagala Kye Kipimo Ekisingirayo Ddala

Abantu abasinga bamala obudde bwabwe obusinga n'abantu abalala, nga babasisinkanye banyumyeemu, okulya n'abo, n'okukola n'abo. Ekitegeeza nti, waliwo engeri nnyingi nnyo ze tulina okweyisaamu mu bulamu bwaffe obwa bulijjo. Naye buli muntu alina we yakoma mu kusoma, era eneeyisa ya njawulo mu mawanga ag'enjawulo ne mu bantu abasibuka mu bifo eby'enjawulo. Olwo, ekipimo mu mpisa zaffe kye kiri wa?

Ge mateeka g'okwagala agali mu mutima gwaffe. Amateeka g'okwagala gategeeza amateeka ga Katonda nga Ye kwagala kwennyini. Kwe kugamba, gye tukoma okuteeka Ekigambo kya Kayonda mu mutima n'okukitambuliramu, gye tujja okukoma n'okubeera n'endowooza ya Mukama tuleme okweyisa mu ngeri 'etasaana.'

Omusajja yali atambula ekiro mu nzikiza ey'amaanyi ng'akutte ettaala mu mukono gwe. Omusajja omulala nga naye adda gy'ava, era bwe yalaba omusajja ono eyali akutte ettaala, n'alaba nga muzibe. Era n'amubuuza lwaki yali akutte ettaala wadde yali talaba. Awo n'amugamba nti, "Nkikola oleme okunkoona. Ettaala eno eriwo ku lulwo.' Tusobola okulaba omuntu abeera alowooza ku balala mu mboozi eno.

Okulowooza ku balala, wadde kiringa ekintu ekitono, kirina amaanyi mangi okukwata ku mitima gy'abantu. Okweyisa mu ngeri etasaana kuva mu bantu abatalowooza ku banaabwe, ekitegeeza nti waliwo okubulwa okwagala. Bwe tuba nga ddala twagala abalala, bulijjo tujja kubeera tubalowoozaako era nga tetuyinza kubeeyisizaako mu ngeri etasaana.

Mu by'obulimi, obubala obutono bwe buyitirira okugibwa mu bibibala ebinene, Ebibala ebinaaba bisigaddewo bijja kutwala ebiriisa byonna ebiriwo, kale bijja kubeera n'ebikuta ebikaluba era nga tebijja kuwooma bulungi. Bwe tuba nga tetulowooza ku balala, mu kiseera ekyo tuyinza okuba nga abeeyagalira mu bintu byonna ebiriwo, naye tujja kuggwaamu obuwoomi n'okufuna ekikuta ekikaluba nga ebibala ebiriisiddwa ennyo.

N'olwekyo, nga mu Bakkolosaayi 3:23 bwe wagamba, "Buli kye munaakolanga, mukolenga n'omwoyo, nga ku bwa Mukama waffe so si ku bwa bantu," tulina okuweereza buli omu n'ekitiibwa ekisingirayo ddala nga bwe tuweereza Mukama.

7. Okwagala Tekunoonya Byakwo

Mu nsi eno ekulaakulanye, si kizibu okusisinkana abo abeenoonyeza ebyabwe. Abantu beenoonyeza ebyabwe so si kwagala kuyamba bantu bonna. Mu nsi ezimu bateeka ebirungo eby'obutwa mu mata ag'obuwunga ag'akolebwa nga g'abaana. Abantu abamu bakosa nnyo ensi yaabwe yennyini nga babba tekinologiya eyeetaagibwa ennyo mu nsi eyo.

Olw'ekizibu kya 'tebinkwatako', Kizibu nnyo gavumenti okuzimba ebintu ebikozesebwa abantu abangi gamba nga we baziika kazambi oba w'ebookeza abafu. Abantu tebafa ku kya balala kubeera bulungi wabula beefaako bokka. Wadde kiyinza obutaba kibi nnyo, naye tusobola okukola ebyo ebitulaga nti twefaako ffekka mu bulamu bwaffe obwa bulijjo.

Eky'okulabirako, ab'emikwano oba abantu abakolera awamu bagenda okulya wamu. Balina okulondawo kye banaalya, omuntu omu n'akalambira ku kyayagala okulya. Omulala naye n'asaba ono omuntu ky'asabye, naye nga takyagala bulungi munda mu ye. Abalala bo basooka kubuuza abalala kye banaalya. Awo, Wadde emmere abalala gye balonze tebagyagala, balya mu ssanyu. Ogwa mu kiti ki?

Waliwo abantu abakung'anye okuteesa ku mukolo gwe bagenda okutegeka. Waliwo ebiteeso eby'enjawulo. Omuntu omu n'agezaako okuzza abantu ku ludda lwe okutuusa lwe bakkiriza ekirowoozo kye. Omuntu omulala ye talemera ku ndowooza ye nnyo, kyokka bw'abeera tayagala kirowooza kya muntu alaga nti takyagala naye n'amala n'akikkiriza.

Omulala ye awuliriza abalala buli lwe bawa endowooza zaabwe. Era, wadde endowooza zaabwe zawukana ku zize, agezaako okuzigoberera. Enjawulo zino ziva mu bungi bw'okwagala buli muntu kwalina mu mutima gwe.

Bwe wabaawo okusika omuguwa mu bantu ekibaviirako okuyomba n'okukaayana, kibaawo lwakuba abantu bakalambira ku nsonga zaabwe, era nga buli omu ayagala eyiye y'eba eyitamu. Abafumbo buli omu bw'akalambira ku ndowooza ye yokka, bajja kuba bakuubagana buli kiseera era buli omu ku bo tajja kugezaako kutegeera munne. Bajja kubeera n'emirembe singa buli omu ategeera munne, naye eddembe litera okubulawo kubanga buli omu akalambira ku nsonga ye.

Bwe tuba nga twagala omuntu, tujja kufaayo ku muntu oyo okusinga ne bwe twefaako. Katutunuulire okwagla kw'abazadde. Abazadde abasinga balowooza nnyo ku baana baabwe okusooka nga tebanneerowoozaako. Kitegeeza nti, maama abeera ayagala nnyo okuwulira nga bamugamba nti "Omwana wo mulungi nnyo," okusinga "Oli mulungi.'

Mu kifo bo okulya emmere ennungi, basanyuka nnyo ng'abaana baabwe balidde bulungi. Mu kifo bo okwambala obulungi, kibasanyusa nnyo okwambaza abaana baabwe obulungi. Era, bagala nnyo abaana baabwe okubeera abagezi okubasinga. Bagala abaana baabwe okwagalibwa abalala. Bwe tuwa baliraanwa baffe okwagala okw'ekika kino n'abantu abalala bonna, Nga Katonda Kitaffe ajja kutusanyukira!

Ibulayimu Yanoonyanga Ebyo Ebiganyulwa Abalala N'okwagala

Okuteeka ebyetaago by'abantu ku mwanjo okusooka ebibyo kiva mu kwagala okw'okwewaayo. Ibulayimu kyakulabirako kirungi eky'omuntu eyanoonya ebyataago eby'abalala okusooka ebibye.

Ibulayimu bwe yali ava mu nsi gye yazaalibwa, omwana wa mwannyina Looti n'agenda naye. Ne Looti naye yafuna omukisa ogw'amaanyi kubanga yatambulanga ne Ibulayimu n'aba n'ensolo nnyingi n'ekiba nga omuddo n'amazzi tebikyamala okukkusa ensolo za Ibulayimu n'eza Looti. Olumu abaalundanga ente z'ababiri nga bayomba.

Ibulayimu teyayagala mirembe kubaggwako, era n'awa Looti omukisa ogusooka okulondawo oludda ew'okulaga gye yali ayagala ye atwale wanaaleka. Ekintu ekisinga obukulu mu kulunda ebisolo gwe muddo n'amazzi. Ekifo we baali tewaaliwo muddo n'amazzi bulungi okumala ebisibo, era okuwaayo oludda olulungi kwali nga okuwaayo ekyetaagisa ensolo okubeerawo.

Ibulayimu kino yakikolera Looti kubanga yali amwagala nnyo. Naye Looti okwagala kwa Ibulayimu kuno teyakutegeera; ye yalondawo bulonzi ekifo ekisingako, omwali ekikko ky'e Yolodaani era n'agenda. Ibulayimu teyawulira bubi okulaba nga Looti alondawo amangu ddala awantu awasinga obulungi nga tasibyeemu? Wadde nakatono! Yasanyukira ekya kizibwe we okulondawo ekifo ekisingako.

Katonda yalaba omutima gwa Ibulayimu omulungi n'ayongera okumuwa omukisa yonna gye yalaga. Yafuuka omusajja omugagga ddala nti yaweebwanga n'ekitiibwa okuva mu bakabaka b'omu kitundu. Nga bwe kiragiddwa wano, ddala tujja kufuna emikisa gya Katonda bwe tunoonya okusooka ebyataago by'abantu abalala okusooka ebyaffe.

Bwe tubaako ekintu kyaffe kye tuwa abantu betwagala, essanyu liba ly'amaanyi okusinga ekintu ekirala kyonna. Abantu abo bokka abalina kye bawadde eky'omuwendo eri abantu be bagala be balitegeera. Yesu yeeyagalira mu ssanyu lino. Essanyu lino erisingirayo ddala lisobola okufunibwa bwe tuteekateeka okwagala okutuukiridde. Kizibu okuwa abo be tutayagala, naye si kizibu n'akatono okuwa abo betwagala. Tubeera basanyufu nnyo nga tugaba.

Okweyagalira mu Ssanyu Erisingayo

Okwagala okutuukiridde kutuganya okweyagalira mu ssanyu erisingirayo ddala. Era ffe okusobola okuba n'okwagala okutuukiridde nga Yesu, tulina okulowooza ku byetaago by'abalala okusooka ebyaffe. Nga tetuneerowoozaako, tulina okusooka okulowooza ku baliraanwa baffe, Katonda, Mukama, n'ekkanisa, era bwe tukola ekyo, Katonda atulabirira. Atuddizaawo ekisingawo bwe tusooka okulowooza ku byetaago by'abalala. Mu Ggulu tujja kuterekerwa empeera zaffe. Eyo yensonga lwaki Katonda agamba mu Bikolwa 20:35, "Okugaba kwa mukisa okusinga okutoola."

Kyokka wano, waliwo kye tulina okutegeera obulungi. Tetulina kwereetera ndwadde nga tukola n'obwesige olw'Obwakabaka bwa Katonda okussuka ku maanyi gaffe.

Katonda ajja kukkiriza omutima gwaffe bwe tugezaako okubeera abeesigwa okusukuluma we tukoma. Naye omubiri gwaffe ogw'okungulu gwetaaga okuwummula. Tulina n'okulabirira omwoyo gwaffe okusobola okubeera obulungi nga tusaba, nga tusiiba nga tuyiga Ekigambo kya Katonda, so si kukolera kanisa kyokka.

Abantu abamu baleetera ab'omu maka gaabwe okubonaabona oba okubalumya oba abantu abalala olw'okusiiba ennyo ku kanisa oba mu bintu by'eddiini. Eky'okulabirako, abantu abamu tebasobola kutuukiriza buvunaanyizibwa bwabwe kubanga basiiba. Abasomi abamu balekayo okusoma kwabwe okwenyigira mu bya sande sukuulu.

Mu mbeera ezo waggulu, bayinza okulowooza nti tebeenoonyeza byabwe kubanga bakoze n'amaanyi. Naye nga ddala si kituufu. Wadde bakolera Mukama, si beesigwa mu byonna mu nnyumba ya Katonda, n'olwekyo kitegeeza nti tebaatuukiriza buvunaanyizibwa bwonna obw'abaana ba Katonda. Ate era awo, babeera beenoonyeza byabwe.

Olwo, tulina kukola ki okwewala okwenoonyeza ebyaffe? Tulina okwesigama ku Mwoyo Omutukuvu. Omwoyo Omutukuvu, nga ye mutima gwa Katonda, atulung'amya eri amazima. Tusobola okubeerawo olw'ekitiibwa kya Katonda kyokka buli kimu bwe kibeera kikolebwa mu kulung'amizibwa kw'Omwoyo Omutukuvu nga omutume Pawulo bwe yayogera, "Kale oba nga mulya, oba nga munywa, oba nga mukola ekigambo kyonna kyonna, mukolenga byonna olw'ekitiibwa kya Katonda" (1 Abakkolinso 10:31).

Okusobola okukola ekyo eky'ogerwako waggulu, tulina

okweggyako obubi bwonna mu mutima gwaffe. Era, bwe tuteekateeka okwagala okutuufu, amagezi g'obulungi gajja kujja gye tuli ne tuba nga tusobola okutegeera okwagala kwa Katonda mu buli mbeera. Nga bwe kiri waggulu, emyoyo gyaffe bwe gibeera obulungi, buli kimu kijja kututambulira bulungi era tujja kubeera balamu, kale tusobola okubeera abeesigwa eri Katonda mu bujjuvu bwonna. Era tujja kwagalibwa baliraanwa baffe n'abeng'anda zaffe.

Abaakafumbiriganwa bwe bajja mbasabire omukisa, Ntera okusaba nti buli omu asooke anoonye ebyetaago bya munne. Singa batandika okwenoonyeza ebyabwe, tebajja kubeera na ddembe mu maaka gaabwe.

Tusobola okunoonya ebyetaago by'omuntu gwe twagala oba abo abayinza okutuganyula. Naye ate abo abatukaluubiriza mu mbeera zonna era nga babeera beenoonyeza byabwe? Ye ate abo, abatulumya oba okutuleetera okubonaabona, oba abo betutayinza kubaako kye tufuna? Tuyisa tutya abo abatatambulira mu mazima era nga babeera boogera bibi byereere buli ssaawa?

Mu mbeera ng'ezo, bwe tumala gabeewala oba bwe tuba tetwetegese okwewaayo ku lwabwe, kitegeeza nti tukyenoonyeza byaffe. Bwe tuba nga tusobola okwewaayo n'okuwa ekkubo n'eri abo abalina endowooza ez'enjawulo ku zaffe. Olwo lwokka lwe tuyinza okutwalibwa ng'abantu abagaba okwagala okw'omwoyo.

8. Okwagala Tekunyiiga

Okwagala kufuula omutima gw'omuntu okuwulira obulungi. So nga, obusungu bufuula omutima gw'omuntu omukaawu. Obusungu bukosa omutima era ne bugufuula omuddugavu. Kale, bw'onyiiga, tosobola kutambulira mu kwagala kwa Katonda. Obumasu omulabe Setaani bw'akozesa okutega abaana ba Katonda bwe busungu n'obukyayi.

Okunyiiga si kuba na busungu kyokka, wabula okuleekaana, okuvuma, n'okutandika okulwana. Amaaso go bwe gakyuka, N'ofunya emitaafu, era n'otandika n'okuboggoka, by'onna bijja lwakuba omuntu asunguwadde. Wadde obukambwe buyinza okubeera bwa njawulo mu buli mbeera, era ebeera engeri ey'okungulu ey'okulaga obukyayi n'okuwulira obubi mu mutima. Naye okutunuulira obutunuliza endabika y'omuntu ey'okungulu, tetulina kutandika kumukolokota nti musunguwavu. Si kyangu okutegeera omutima gw'omuntu embeera gye gulimu yennyini.

Yesu lumu yagoba abo abaali bafudde yeekaalu akatale. Abasuubuzi ab'amaanyi baazimba emmeeza kwe baatundiranga ebisolo eri abantu abajjanga mu Yekaalu ye Yerusaalemu okukuza ekiro eky'okuyitako. Yesu mukakkamu; Tayomba wadde okuleekaana, era tewali n'omu awulira ddoboozi Lye mu nguudo. Naye bwe yalaba ekyali kigenda mu maaso wano, endowooza ye yali yanjawulo nnyo ku ya bulijjo.

N'akola oluga era n'agoba endiga, ente, n'eby'okuwaayo ebirala ebweru wa Yeekaalu. N'afuula emmeeza z'abatunza b'ebisolo n'ebenjiibwa. Abantu abaamuli okumpi bwe baalaba Yesu ono, bayinza okulowooza nti yali munyiivu. Naye mu kiseera kino, tekyali nti yali munyiivu olw'obubi ng'obukyayi bwe yali awulira munda mu ye. Yalina busungu obw'obutuukirivu. Mu busungu bwe obw'obutuukirivu, yatuganya okutegeera nti obutali butuukirivu obw'okwonoona Yeekaalu ya Katonda tebusoboka kugumiikirizibwa. Obusungu obw'ekika kino bwe buva mu kwagala kwa Katonda oyo atuukiriza okwagala n'obwenkanya Bwe.

Enjawulo Wakati W'obusungu Obw'obutuukirivu N'okunyiiga

Mu Makko essuula 3, ku lunaku olwa Sabbiiti Yesu yawonya omuntu mu kung'aniro eyalina omukono ogwakala. Abantu baatunuulira Yesu balabe oba ddala anaawonya omuntu ku lunaku olwa ssabbiiti balyoke bamusalire ogw'okuvvoola Sabbiiti. Mu kiseera kino, Yesu yamanya emitima gy'abantu bano era n'ababuuza, "Kye kirungi ku lunaku lwa ssabbiiti okukola obulungi nantiki okukola obubi? kuwonya bulamu oba nantiki kutta" (Makko 3:4).

Ebigendererwa byabwe byabikkulwa, era tebaasigaza kigambo kirala kya kwogera. Obusungu bwa Yesu bwali ku mitima gyabwe emikakanyavu.

Bwe yabeetoolooza amaaso n'obusungu ng'anakuwadde olw'okukakanyala kw'emitima gyabwe, n'agamba omuntu nti, "Golola omukono gwo.' N'agugolola, omukono gwe ne guwona (Makko 3:5).

Mu kiseera ekyo, abantu ababi baali bagezaako kusalira Yesu musango balyoke bamutte, oyo eyali akola obulungi bwokka. Kale, olumu, Yesu yakozesanga ebigambo eby'obukambwe gye bali. Kyali kyakubaganya kutegeera basobole okuva mu kkubo ery'okuzikirira. Mu ngeri y'emu, obusungu bwa Yesu obw'obutuukirivu bw'avanga mu kwagala Kwe. Obusungu buno olumu bwazuukusanga abantu ne bubazza eri obulamu. Mu ngeri eno okusunguwala n'obusungu obw'obutuukirivu bya njawulo ddala. Omuntu bwafuuka omulongoofu nga talina bubi bwonna, okunenya kwe n'okuwabula lwe kuwaemyoyo obulamu. Naye awatali mutima kutukuzibwa, omuntu tasobola kubala kibala kya kika kino.

Waliwo ebintu bingi ebiviirako abantu okusunguwala. Ekisooka, lwakuba ebirowoozo by'abantu n'ebyo bye bagala bya njawulo. Buli omu ava mu maka ga njawulo n'okusoma kwa buli omu kwa njawulo, kale engeri gye balabamu ebintu, emitima gyabwe n'ebirowoozo byabwe bya njawulo. Naye bagezaako okukaka abalala endowooza zaabwe, era mu kukola kino batandika okuwulira obubi.

Katugambe omwami ayagala emmere ng'erimu omunnyo naye ng'omukyala tagyagala. Omukyala ayinza okugamba, "Omunnyo omungi si mulungi eri obulamu bwo, olina okukendeeza ku munnyo gw'olya.' Amagezi gano agaleetera mu kyakutaasa bulamu bwa mwami. Naye omusajja bw'aba takyagala, talina kukiremerako. Balina okunoonya engeri nga bombi bakkirizaganya. Basobola okukola amaka amasanyufu bwe bagezaako bombi.

Eky'okubiri, omuntu ayinza okunyiiga singa abalala babeera tebamuwuliriza. Bw'abeera mukulu okubasinga oba ng'ali mu kifo ekya waggulu, abeera ayagala abalala bamuwulire. Kituufu, okuwa abatusingako ekitiibwa n'okugondera abali mu bifo ebya waggulu, naye si kituufu abakulu okukaka abali wansi waabwe okubagondera.

Kisobola okuba ng'omuntu ali mu kifo ekya waggulu tawuliriza baakulira kyokka ng'ayagala bw'agazi bo bagoberere ebiragiro bye mu ngeri zonna. Mu mbeera endala abantu banyiiga bwe bafiirwa oba bwe bayisibwa obubi. Era, omuntu ayinza okunyiiga abalala bwe bamukyawa nga talina kyakoze, oba ebintu bwe bitakolebwa nga bwe yasabye oba nga bwe yalagidde; oba abantu bwe bamuvuma.

Nga tebannanyiiga, abantu babeera baafuna dda obubi mu mitima gyabwe. Kati ebigambo oba ebikolwa by'abantu bisiikuula busiikuuzi obubi obwo obuli munda mu bo. Era ekivaamu okusiikuuka kuno kufuluma ng'obusungu. Ebiseera ebisinga, okuba n'obubi bwe twazaalibwa n'abwo lye ddaala erisooka ffe okunyiiga. Tetuyinza kubeera mu kwagala kwa Katonda era okukula kwaffe okw'omwoyo kukugirwa nnyo bwe tunyiiga.

Tetusobola kukyusa bulamu bwaffe n'amazima kasi tubeera n'obubi obwo mu ffe, era tulina n'okweggyako okusunguwala, nga tusuula eri obusungu. 1 Abakkolinso 3:16 wagamba, "Temumanyi nga muli Yeekaalu ya Katonda, era Omwoyo gwa Katonda abeera mu mmwe?"

Katukitegeere nti Omwoyo Omutukuvu, omutima gwaffe agutwala nga yeekaalu ya Katonda nti era bulijjo abeera atutunuulira, tubeere nga tetusunguwala olw'okuba ebintu ebimu tebikkiriziganya na ndowooza zaffe.

Obusungu bw'omuntu Tebufunisa muntu Butuukirivu bwa Katonda

Nga bwe kyali ku Elisa, yafuna emigabo ebiri egy'omwoyo gw'omusomesa we, Eliya, eran'akola emirimu gy'amaanyi ga Katonda egisingako. Y'awa omukazi omugumba omukisa ogw'okufuna olubuto; yazuukiza omufu, yawonya abagenge, eran'awangula n'eggye ly'abalabe be. Yakyusa amazzi agaali teganyweka ne gafuuka amalungi ng'agateekamu omunnyo. Kyokka wadde guli gutyo, yafa ekirwadde ekyali tekisaana kukwata nnabbi wa Katonda ow'amaanyi.

Lwaki kyali bwe kityo? Kyatuukawo bwe yali agenda e Beseri. Ekibinja ky'abaana abato ne kiva mu kibuga ne bamuduulira, kubanga teyalina bulungi nviiri era yali talabika bulungi nnyo. "Yambuka, ggwe ow'ekiwalaata, yambuka ggwe, ow'ekiwalaata!" (2 Bassekabaka 2:23)

Abaana abaamuduulira tebali batono, baali bangi nga bwe bamugoberera n'okumuduulira muli n'aswala. Yabanenye n'okubawabula naye nga tebawulira. Baalina eddalu lingi okulumba nnabbi omulamba, kale Erisa n'atayinza kukigumiikiriza.

Beseri we wali nga awasibuka okusinza bakatonda mu Mambuka ga Isiraeri oluvannyuma lw'eggwanga okweyawulamu. Abaana abato mu kitundu ekyo kirabika baali bayonooneddwa olw'okusinza bakatonda okwali okungi mu kitundu kyabwe. Bayinza okuba baaziba ekkubo, ne bawandulira Erisa amalusu, oba ne bamukuba n'amayinja. Era ekyavaamu Erisa kwe kubakolimirira. Eddubu bbiri enkazi ne ziva mu kibira ne zitaagula abaana amakumi ana mu babiri ku bo.

Kituufu, kino baakyeyitira bwe baaduulira omusajja wa Katonda okuyita we bandikomye, naye buno bukakafu obulaga nti Erisa yalina obubi mu ye. Era tetwebuuza na lwaki yafa ekirwadde. Tusobola okukiraba nti si kituufu abaana ba Katonda okusunguwala. "Kubanga obusunga bw'omuntu tebukola butuukirivu bwa Katonda" (Yakobo 1:20).

Obutanyiiga

Tuyinza kukola ki obutasunguwala? Tubukatire n'okwefuga? Bwe tunnyigiriza seppulingi n'amaanyi nga tugiza wansi, efuna amaanyi mangi okubuuka mu bbanga bwe tugiggyako omukono. Kye kimu n'obusungu. Bwe tubusibira munda, tusobola okwewala ekizibu essaawa eyo, naye ekinaavaamu bujja kufubutukayo omulundi gumu. N'olwekyo, obutasunguwala, tulina okweggyamu obusungu. Tetulina kubusibira munda naye tukyuse obusungu bwaffe bufuuke obulungi n'okwagala tubeere nga tetulina kye tutereka munda muli.

Kituufu, tetusobola kweggyako bubi mu lunaku lumu ne tubusikiza obulungi n'okwagala. Tulina okufubanga buli lunaku. Okusooka, mu mbeera ezisoomooza, tulina embeera okugikwasa Katonda era tubeere bagumiikiriza. Kigambibwa nti mu ebyo ebyawandiikibwa ku Thomas Jefferson, omukulembeze wa Amerika ow'okusatu, kyawandiikibwa nti, "Bw'oba osunguwadde, bala kkumi nga tonnayogera; bw'oba onyiize nnyo, bala kikumi.' Enjogera ye Korea egamba nti "okuba omugumiikiriza emirundi esatu omuntu aba ajja kwewala okutemula.'

Bwe tunyiiga, tulina okusooka okubimma amazzi ne tutandika okulowooza ku kiki kye tujja okufunamu singa tugenda mu maaso n'okunyiiga. Olwo, nno tujja kwewala ekintu kyonna kye twandikoze ate ne twejjusa. Nga tugezaako okubeera abagumiikiriza mu kusaba n'okuyambibwako Omwoyo Omutukuvu, tujja kweggyako obubi bw'obusungu. Era bwe tuba nga twanyiiganga emirundi kkumi, emirundi gijja kukendeera gibe mwenda, munaana n'okweyongerayo. Era ekinaavaamu, tujja kubeera n'emirembe ne mu mbeera ezisoomooza. Nga tujja kubeera basanyufu!

Engero 12:16 wagamba, "Okweraliikirira kw'omusirusiru kumanyibwa mangu ago, naye omuntu omutegeevu akisa ensonyi," ate Engero 19:11 wagamba, "Okuteesa kw'omuntu kwe kumulwisaawo okusunguwala, Era okusonyiwa ekyonoono kye kitiibwa kye.'

'Obusungu bwa bulabe nnyo.' Tusobola n'okulaba engeri obusungu gye buli obw'obulabe. Omuwanguzi asingayo y'oyo agumiikiriza. Abantu abamu beefuga bwe babeera mu kanisa ne mu mbeera eziyinza okubasunguwaza, naye bwe babeera awaka, ku ssomero, ne ku mirimu gye bakolera basunguwala mangu. Katonda tabeera mu kanisa mwokka.

Amanyi bwe tutuula ne bwe tuyimirira, na buli kigambo kye twogera na buli kye tulowooza. Atulaba wonna we tubeera, era Omwoyo Omutukuvu ali mu mutima gwaffe. N'olwekyo, tulina okutambula nga abali mu maaso ga Katonda essaawa yonna.

Waliiwo abafumbo abaali balina obutakkaanya, era omusajja eyali anyiize ennyo kwe kulekaanira mukyala we asirike. Yatya nnyo okuba nti teyaddamu kuggulawo mumwa gwe okutuuka lwe y'afa. Omusajja eyaleekaanira ennyo mukyala we olw'obusungu ate naye n'abonaabona nnyo. Okusunguwala kuyinza okuviirako abantu bangi okubonaabona, era tulina okufuba okweggyako buli kika kya bubi.

9. Okwagala Tekusiba Bubi ku Mwoyo

Nga ntambuza obuweereza bwange nsisinkanye abantu ba bika bingi. Abantu abamu bawulira muli okwagala kwa Katonda nga bamulowoozezzaako bulowooza era ne batandika okukulukusa amaziga ababala babeera n'omugugu mu mutima gwabwe kubanga tebawulira muli kwagala kwa Katonda wadde nga bakkiriza era nga bamwagala.

Okuwulira muli okwagala kwa Katonda kisinziira ku wa gye tutuuse mu kweggyako obubi bwaffe n'ebibi. Gye tukoma okutambulira mu Kigambo kya Katonda era ne tweggyako obubi mu mutimagwaffe, tusobola okuwulira okwagala kwa Katonda munda mu mitima gyaffe nga tetusibyeemu mu kukula mu kukkiriza kwaffe. Olumu tuyinza okusisinkana obuzibu mu lugendo lwaffe olw'okukkiriza, naye mu kiseera ekyo tulina okujjukira okwagala kwa Katonda oyo atulindiridde essaawa yonna. Kasita tujjukira okwagala Kwe, tetujja kusiba bubi ku mwoyo.

Okusiba Obubi ku mwoyo

Mu kitabo kye Okuwonya ebyo ebikwekeddwa obulamu bye bwagala ennyo, Dr. Archibald D. Hart, nga yaliko akulira essomo ly'engeri abantu gye balowoozaamu ku ttendekero lye ddiini erya Fuller Theological Seminary, yagamba nti omu ku buli bavubuka bana mu Amarika banyiikaavu nnyo, nti obunyiikaavu buno, okunywa ebiragalagala, okwegatta, emikutu gya Yintaneeti, okunywa omwenge, okufuweeta sigala nti byonoonye obulamu bw'abavubuka.

Nga abantu abamanyidde okunywa ebintu ebitabula obwongo

bwabwe, oba engeri gye balowoozaamu n'okuwulira bwe bagezaako okubivaako, balekebwa n'engeri ebayamba okubivaako. Oyo amanyidde okunywa ebintu ebyo ayinza okudda ku bintu ebirala ebiyinza okukwata ku bwongo ne busobola okwerabira bye yali anywa. Engeri zino endala muyinza okubaamu okwegatta, n'okubeera mu mukwano. Tebasobola ku matira mu kintu kyonna, era tebasobola na kuwulira kisa wadde essanyu ebiva mu nkolagana yaabwe ne Katonda, eran'olwekyo babeera balwadde nnyo, okusinziira ku Dr. Hart.Okumanyiira ekintu kwe kubeera ng'ofuna okumatira okuva mu bintu ebirala okusinga ku kisa ne ssanyu ebiweebwa Katonda, era nga kiva mu kuva ku Katonda. Oyo eyamanyiira bwatyo asobola okulowooza ku bubi bwe yasiba ku mwoyo.

Olwo, obubi obusibiddwa ku mwoyo bwe buli wa? Kitegeeza buli kika kya bubi, ekintu ekitakwatagana na kwagala kwa Katonda. Okulowooza ku bubi kusobola okuteekebwa mu mitendera esatu.

Ogusooka, okuba n'ekirowooza ekyagaliza ekintu ekibi okutuuka ku muntu.

Eky'okulabirako, katugambe olina omuntu gwe wayombye naye. N'oba nga tomwagalirako ddala era nga muli olowooza, "Singa abeera atambula n'agwa.' Era, katugambe enkolagana yo ne muliraanwa wo si nnungi, era ne wabaawo ekibi ekimutuukako. Kati n'otandika okulowooza, "Kaakirabe!" oba "Namanya kijja kumutuukako!" Bw'aba muyizi, wayinza okubaawo omuyiza ayagaliza munne bwe basoma okukola obubi mu bigezo.

Bw'oba nga mu ggwe olinamu okwagala okutuufu, tosobola kulowooza ku bintu ebibi bwe bityo. Oyinza okwagaliza abo b'oyagala okulwala oba okugwa ku kabenje? Abantu b'oyagala oba omwami wo oba omukyala bulijjo oyagala babeera balamu bungi era baleme kugwa ku kabenje. Naye olw'okuba tetulina kwagala mu mitima gyaffe, twagala abalala bagwe mu buzibu, era ne tusanyukira mu bizibu by'abalala.

Era, twagala nnyo n'okumanya obunafu bw'abantu abalala n'okubutegeeza abalala bwe tuba nga tetulina kwagala. Katugambe wagenze mu lukiiko, era eyo nga waliwo eyayogedde ku muntu obubi. Bw'onyumirwa emboozi eyo, kitegeeza nti olina okukebera omutima gwo. Singa omuntu abeera awaayiriza bazadde bo, oyagala okugenda mu maaso ng'owuliriza by'ayogera? Ojja kumugamba alekere awo.

Kale, wabeerawo embeera ng'olina okutegeera embeera abalala gye balimu kubanga oyagala kubayamba. Naye bwe kiba sibwe kityo bwe kiri era ng'okyannyumirwa okuwulira abalala nga baboogerako bubi, kiba bwe kityo lwakuba oyagala okuwaayiriza oba okwogera ku balala. "Abikka ku kusobya anoonya okwagala, naye ayeeyereza ekigambo akyayisa ab'omukwano ennyo" (Engero 17:9).

Abo abalungi era nga balina okwagala mu mutima gwabwe bajja kwagala okubikka ku nsobi z'abalala. Era, bwe tuba n'okwagala okw'omwoyo, tetujja kukwatibwa buggya na nsaalwa, abalala bwe banaaba bali bulingi.Tujja kubagaliza kubeera bulungi n'okubagaliza okwagalibwa abalala. Mukama Yesu atugamba n'okwagala abalabe baffe. Abaruumi 12:14 n'awo wagamba, "Musabirenga ababayigganya, musabirenga, so temukolimanga.'

Ogw'okubiri ogw'obubi obusibibwa ku Mwoyo kwe kukolokota n'okusalira abalala emisango.
Eky'okulabirako, katugambe olabye omukkiriza ng'agenda mu kifo abakkiriza gye batalina kugenda. Olwo, onooba na birowoozo

bya kika ki? Oyinza okubeera ng'omulaba ng'omuntu omubi ennyo n'otuuka n'okuba n'obubi, ng'olowooza bw'oti, 'Ayinza atya okukola ekintu ng'ekyo?' Oba, bw'oba n'obulungi oyinza okwebuuza, 'Kiki ekimututte mu kifo ng'ekyo?', naye, n'okyusa endowooza yo nti ayinza okuba alina ekintu ekimukozesezza ekyo.

Bw'oba n'okwagala okw'omwoyo mu mutima gwo, okusookera ddala tojja kuba na kika kya bubi kyonna. Ne bw'onaaba owulidde ekintu ekitali kirungi, tojja kukolokota oba okusalira abalala omusango okugyako ng'okakasizza. Ebiseera ebisinga abazadde bwe bawulira ebintu ebibi ku baana baabwe, embeera bagikwata batya? Tebatera kukkiriza nti omwana waabwe ye yakoze ekyo wabula babeera bamuwolereraza nti tasobola kukola kintu bwe kityo. Waakiri balowooza nti omuntu ayogera ku mwana waabwe ye mubi. Mu ngeri y'emu, bw'oba nga ddala oyagala omuntu, ojja kugezaako okumulabira mu kifaananyi ekisingayo obulungi.

Naye olwaleero, twesanga ng'abantu balowooza bubi ku banaabwe era ne banguwa okuboogerako obubi. Tekikolebwa wakati w'abantu abeemanyi bokka, wabula boogera bubi ne ku bantu abali mu bitiibwa eby'enjawulo.

Tebagezaako na kumanya byazze bitya, kyokka ne batandika kutambuza lugambo lutalinaako mutwe na magulu. Olw'ebyo ebibi ennyo ebyogeddwa ku muntu ku Yintaneeti abamu b'etta n'okwetta. Basalira abalala emisango n'okubakolokota nga basinziira ku ebyo bye balowooza nti bye bituufu so tebakozesa Kigambo kya Katonda. Naye nga okwagala kwa Katonda okulungi kwe kuli wa?

Yakobo 4:12 watulabula nti, "Eyateeka amateeka era omusazi w'omusango ali omu, oyo ayinza okulokola n'okuzikiriza; naye ggwe asalira omusango munno ggwe ani?"

Katonda yekka yalina okusala omusango. Kwe kugamba, Katonda atugamba nti kikyamu okusalira banaffe emisango. Katugambe omuntu ddala yakoze ekibi. Mu mbeera eno, eri abo abalina okwagala okw'omwoyo si kikulu oba omuntu oyo mutuufu oba nedda mw'ekyo kye yakoze. Babeera balowooza ku kiki ekiyinza okuyamba omuntu oyo. Babeera bagala omwoyo gw'omuntu oyo okubeera obulungi era asobole okwagalibwa Katonda.

Era, Okwagala okutuukiridde si kubikka ku kusobya kwa muntu kwokka, wabula n'okuyamba omuntu oyo okusobola okwenenya. Tulina n'okuba nga tusobola okusomesa amazima okusobola okukwata ku mutima gw'omuntu oyo asobole okudda eri ekkubo ettuufu era akyuke. Bwetuba n'okwagala okw'omwoyo okutuukiridde, tetulina kugezaako kutunuulira muntu na bulungi. Kijja kyokka ffe okwagala n'abantu abalina ensobi ennyingi. Tuba twagala tumuyambe era tumwesige. Bwe tuba nga tetulina birowoozo byonna eby'okukolokota oba okusalira abalala omusango, tujja kubeera basanyufu eri buli oyo yenna gwe tusisinkana.

Omutendera ogw'okusatu ye mbeera y'ebirowoozo byonna ebitakkiriziganya na Kwagala kwa Katonda.

Si kuba na birowoozo bibi ku balala kyokka, wabula okuba n'ekirowoozo kyonna ekitakkiriziganya na kwagala kwa Katonda kiba kirowoozo kibi. Mu nsi, abantu abeeyisa mu ngeri abantu gye bagala oba okusinziira ku mitima gyabwe bye giraba nti birungi bagambibwa okuba nti batambulira mu bulungi.

Naye si ebyo ebirabibwa ng'empisa oba omuntu okusalawo omutima kye gulowooza nti kye kirungi nti bwe bulungi obwenkomeredde. Ebyo byombi birina ebintu bingi ebikontana oba ebyawukanira ddala n'ekigambo kya Katonda. Ekigambo kya Katonda kyokka kye kirina okukozesebwa ng'ekipimo ky'obulungi.

Abo abakkiriza Mukama baatula nti b'onoonyi. Abantu bayinza okwenyumiriza mu ky'okuba nti batambulira mu balamu obw'empisa oba obulungi, so nga bakyali babi era ab'onoonyi okusinziira ku Kigambo kya Katonda. Kiri bwe kityo lwa kuba ekintu kyonna ekitakwatagana na kwagala kwa Katonda kiba kibi era obubi, era Ekigambo kya Katonda kye kipimo okupimirwa obulungi obwenkomeredde (1 Yokaana 3:4).

Olwo, enjawulo y'ekibi n'obubi ye eri wa? Mu makulu amagazi, ekibi n'obubi byombi gatali mazima agakontana n'amazimanga kye Kigambo kya Katonda. Byombi nzikiza, nga eno ekontana ne Katonda oyo Ekitangaala.

Naye okugendako e buziba, byanjawulo. Bino okubigeraageranya ku muti, 'obubi' kiringa kye kikolo ekiri mu ttaka era nga tekirabika, so ng'ate 'ekibi' kye kiringa amatabi, ebikoola n'ebibala.

Awatali kikolo, omuti tegusobola kubeera na matabi, bikoola, oba ebibala. Mu ngeri y'emu, ekibi kibaawo olw'obubi. Obubi mbala eri mu mutima gw'omuntu. Ye mbala ekontana n'obulungi, okwagala, n'amazima ga Katonda. Obubi buno bwe bubaako ekikula mwe bulabisiddwa, kye kiyitibwa ekibi.

Yesu yagamba, "Omuntu omulungi ekirungi akiggya mu tterekero eddungi ery'omutima gwe, n'omubi ekibi akiggya mu tterekero ebbi, kubanga ku ebyo ebijjula mu mutima akamwa ke bye koogera" (Lukka 6:45).

Katugambe omuntu alina kyayogera nga kikosa omuntu omulala gw'atayagala. Bwe butyo obubi mu mutima gwe bwe buba bulabisiddwa nga 'obukyayi' ne 'ebigambo ebibi', nga bino bibi ebyetengeredde. Ekibi kitegeerebwa nti kye kino okusinziira ku kipimo ekiyitibwa Ekigambo kya Katonda, nga ge mateeka.

Awatali mateeka tewali muntu n'omu yandibonereza omuntu yenna kubanga tewali kipimo ekyawula nti kino kikyamu oba kituufu ne mu kusala omusango. Mu ngeri y'emu, ekibi kitegerebwa kubanga kikontana n'ekipimo kya Katonda Ekigambo kya Katonda. Ekibi kisobola okwawulwamu ebintu eby'omubiri n'emirimu egy'omubiri. Ebintu eby'omubiri bye bibi ebikolebwa mu mutima ne mu birowoozo gamba nga obuggya, Ensaalwa, omutima ogw'obwenzi so nga emirimu gy'omubiri bye bibi ebiteekebwa mu bikolwa gamba nga okuyomba okusunguwala oba okutta.

Kiringa bw'olaba ebibi oba emisango eby'omu nsi muno bwe byawulwamu ebika. Eky'okulabirako, okusinziira omusango gwe gukoleddwako, gusobola okuba nga guziddwa ku ggwanga, ku bantu, oba omuntu omu.

Naye wadde omuntu alina obubi mu mutima gwe, tekitegeeza nti ebibi ajja kubiteeka mu nkola. Bw'awuliriza Ekigambo kya Katonda era ng'alina n'okwefuga, asobola okwewala okuteeka obubi mu nkola wadde ng'akyalinamu obubi mu mutima gwe. Ku ddaala lino, asobola okwematiza ng'alowooza nti yatuukiriza dda obutuukirivu olw'okuba takyakola bibi ebirabika.

Wabula okusobola okutuukiriza obutuukirivu, tulina okweggyako obubi obwateekebwa mu mbala yaffe, obuli munda ddala mu mitima gyaffe. Mu kikula ky'omuntu mulimu embala y'obubi gye yaggya ku bazadde be. Tebumala gavaayo mu mbeera eza bulijjo wabula buvaayo mu mbeera egenze ewala.

Waliwo enjogera mu Korea egamba nti, "Buli omu ajja kubuuka

ekikomera kya muliraanwa bw'anaasiiba okumala ennaku ssatu.' Kye kimu n'okugamba nti "Obwetaavu tebulinda mateeka.' Okutuuka nga tutukuziddwa ddala, obubi obwakwekebwa munda mu ffe busobola okufubutukayo mu mbeera embi ennyo.

Wadde butono nnyo, obubi bw'ensowera busigala bubi. Mu ngeri y'emu, wadde si bibi, ebintu byonna ebitatuukiridde mu maaso ga Katonda atuukiridde bisigala nga bika bSya bubi. Eyo yensonga lwaki mu 1 Basasseloniika 5:22 wagamba, "... mwewalenga buli ngeri ya bubi.'

Katonda kwagala. Kale, Amateeka ga Katonda gatwalibwa nti 'kwagala.' Kwe kugamba, kibi era bubeera bujjeemu obutayagala. N'olwekyo, okusobola okwekebera oba nga tusiba obubi ku mwoyo, tusobola okulowooza ku kwagala kwenkana wa kwe tulina mu ffe. Gye tukoma okwagala Katonda n'emyoyo emirala, gye tujja okukoma obutasiba bubi ku mwoyo.

Na kino kye kiragiro Kye, tukkirize erinnya ly'Omwana we Yesu Kristo era twagalanenga nga bwe yatuwa ekiragiro (1 Yokaana 3:23).

Okwagala tekukola bubi muntu munne; okwagala kye kuva kutuukiriza amateeka (Abaruumi 13:10).

Obutasiba Bubi ku Mwoyo

Obutasiba bubi ku mwoyo, okusingira ddala, tetulina kulaba wadde okuwulira ebintu ebibi. Era ne bwe tuba tulabye oba okubiwulira, tetulina kugezaako kujjukira oba okubirowoozaako nate. Tetulina kugezaako kubijjukira. Kale, olumu tuyinza obutasobola kufuga birowoozo byaffe. Ekirowoozo ekimu kiyinza okufubutukayo n'amanyi nga tugezaako okubyewala okubirowoozaako. Naye buli bwe tweyongera okufuba nga tetuba na birowoozo bibi n'okusaba, Omwoyo Omutukuvu ajja kutuyamba. Tetulina kulaba mu bugenderevu oba okuwulira obaokulowooza ku bintu ebibi, Era n'okusinga ennyo, tulina n'okweggyako ebirowoozo ebiyitawo mu birowoozo byaffe olw'olumu.

Te tulina nakwetaba mu mulimu gwa bubi gwonna. 2 Yokaana 1:10-11 wagamba, "Omuntu yenna bw'ajjanga gye muli n'ataleeta kuyigiriza okwo temumusembezanga mu nnyumba, so temumulamusanga; kubanga amulamusa assa ekimu naye mu bikolwa bye ebibi.' Kiri nti Katonda atuwa amagezi okwewala obubi n'obutabukkiriza.

Abantu basikira embala ey'ekibi okuva ku bazadde baabwe. Bwe babeera bali ku nsi kuno, abantu basisinkana agatali mazima mangi. Era agatali mazima gano n'embala y'ekibi, omuntu afuna ekikula kye 'omuntu we.' Obulamu obw'ekikristaayo kwe kweggyako embala zino ez'ekibi n'agatali mazima okuva lwe tukkiriza Mukama. Okweggyako embala eno ey'ekibi n'agatali mazima, twetaaga obugumiikiriza bungi n'okwewaayo. Olw'okuba tubeera mu nsi eno, twamanyiira nnyo agatali mazima mu kifo ky'amazima. Kyangu nnyo okukkiriza agatali mazima mu kifo ky'amazima n'okugayingiza mu ffe mu kifo ky'okugeggyamu. Eky'okulabirako, kyangu nnyo okuddugaza olugoye olweru ne bwiino omuddugavu, wabula kizibu nnyo okuggya amabala ago mu lugoye olweru ne luddamu ne lutukula nga bwe lwali

Era, wadde bulabika nga obubi obutono ennyo, busobola okuvaamu obubi obw'amaanyi mu kaseera katono. Nga mu Baggalatiya 5:9 bwe wagamba, "Ekizimbulukusa ekitono kizimbulukusa ekitole kyonna," obubi obutono bwe buti busobola okubuna mu bantu bangi mangu ddala. N'olwekyo, Tulina okwegendereza ne mu bubi obwo obutono. Okusobola okwewala okulowooza ku bubi tulina okubukyawa awatali kwe kuba mu mutima ku bwo. Katonda atulagira nti "Kale mmwe abaagala MUKAMA, mukyawe obubi" (Zabuli 97:10), n'awo watusomesa nti "Okutya MUKAMA kwe kukyawa obubi" (Engero 8:13).

Bw'oba ng'oyagala nnyo omuntu, ojja kwagala omuntu oyo byayagala era ojja kukyawa omuntu oyo byakyawa. Tolina kubeera na nsonga lwaki okikola. Abaana ba Katonda, abo abafunye Omwoyo Omutukuvu, bwe b'onoona Omwoyo Omutukuvu asinda. Kale, mu mitima gyabwe babeera balumwa. Kale ne bakitegeera nti Katonda akyawa ebintu ebyo bye babeera bakola, era ne bagezaako obutaddamu kukola bibi. Kikulu nnyo ffe okugezaako okweggyako n'ekika ky'obubi obutono n'obutakkiriza bubi bulala bwonna.

Ssaasaanya Ekigambo kya Katonda n'okusaba

Obubi kintu ekitalina mugaso gwonna. Engero 22:8 wagamba, "Asiga obutali butuukirivu alikungula obuyinike.' Endwadde ziyinza okutugira oba okugwiira abaana baffe, oba tusobola okufuna obubenje. Tusobola okubeera mu nnaku olw'obwavu n'ebizibu by'omu maka. Ebizibu bino byonna, ndaba biva mu bubi.

Temulimbibwanga, Katonda tasekererwa, kubanga omuntu kyonna ky'asiga era ky'alikungula (Abaggalatiya 6:7).

Kale ebizibu bye tulaba n'amaaso gaffe biyinza obutagirawo. Mu ngeri eno, obubi bwe buwera, buyinza n'okutuleetera ebizibu ebikosa abaana baffe mu dda. Olw'okuba abantu b'ensi etteeka lino tebalitegeera, bakola ebika bye bibi bingi mu ngeri ez'enjawulo. Eky'okulabirako, bakitwala nti okuwoolera eggwanga eri omuntu eyakukola obubi tekirina mutawaana gwonna. Naye Engero 20:22 wagamba, "Toyogeranga nti, 'Ndisasula obubi'; Lindiriranga MUKAMA, naye Anaakuwonyanga.'

Katonda yafuga obulamu, okufa, emikisa emibi n'ebyo ebizze obubi eri abantu okusinziira ku bwenkanya Bwe. N'olwekyo, bwe tukola obulungi okusinziira ku Kigambo kya Katonda, amazima ddala tujja kukungula ebibala eby'obulungi. Kiri nga bwe kyasuubizibwa mu Kuva 20:6, awoogera nti, "...era addiramu abantu nga nkumi na nkumi abanjagala, abakwata amateeka Gange.'

Okusobola ffe okwekuuma obubi, tulina okukyawa obubi. Ng'okwo kw'ossa ebintu bibiri bye tulina okuba n'abyo ekiseera kyonna. Kye kigambo kya Katonda n'okusaba. Bwe tulowooza ku Kigambo kya Katonda ekiro n'emisana, tusobola okugoba ebirowoozo ebibi era ne tuba n'ebirowoozo eby'omwoyo era ebirungi. Tusobola okutegeera ekika kye kikolwa eky'okwagala okw'amazima.

Era, nga tusaba, tusobola okweyongerera ddala okufumiitiriza ku Kigambo, ne tusobola okutegeera obubi obuli mu bigambo byaffe ne mu bikolwa. Bwe tunyiikira okusaba nga tuyambibwako Omwoyo Omutukuvu, tusobola okufuga n'okweggyako obubi okuva mu mitima gyaffe. Katwegyeko mu bwangu obubi n'ekigambo kya Katonda n'okusaba tusobole okutambulira mu bulamu obulimu essanyu n'okusanyuka.

10. Okwagala Tekusanyukira Bitali bya Butuukirivu

Ekitundu gye kikoma okukulaakulana, gye wakoma okubaayo abantu ab'akulaakulanye mu mazima. Okwawukana kw'ekyo, ensi ezikyali emabega mu by'enkulaakulana zitera okuba n'obulyake bungi, era nga buli kimu kyenkana kisobola kufunibwa na sente. Obuli bw'enguzi buyitibwa endwadde y'amawanga, kubanga bwekuusa ku kukulaakulana kw'ensi. Obuli bw'enguzi n'obutali butuukirivu bikoseza ddala n'omuntu ssekinoomu. Abantu abeeyagaliza bokka tebasobola kumatira kubanga babeera beefaako bokka era tebasobola kwagala balala.

Obutasanyukira bitali bya butuukirivu n'obutasiba bubi ku mwoyo kyenkana bye bimu. 'obutakuuma bubi ku mwoyo' bwe butaba na bubi bwa kika kyonna mu mutima. 'Obutasanyukira bitali bya butuukirivu' bwe butasanyukira bintu biswaza, n'eneeyisa saako ebikolwa, era bwe butabyenyigiramu.

Katugambe mukwano gwo omukwatirwa obuggya kubanga mugagga. Era omukyawa kubanga alabikanga abeera yeegulumiza mu bugagga bwe buli kiseera. Olowooza n'ekintu nga, 'Kyokka ye mugagga, naye ate nze? Kale singa ayavuwala.' Kuno kwe kulowooza ku bintu ebibi. Naye lumu, omuntu n'amunyaga, era bizinensi ye n'egwa mu lunaku lumu. Wano, bw'okisanyukiramu ng'olowooza nti, 'Abadde yeewaana nnyo n'obugagga, era kati k'alabe!' olwo kuno kwe kusanyukira mu butali butuukirivu. Era, bwe weenyigira mu mulimu ogw'ekika kino, kwe kwenyigira mu butali butuukirivu.

Waliwo obutali butuukirivu okutwaliza awamu, nga n'abatali

bakkiriza balowooza nti si butuuukirivu. Eky'okulabirako, abantu abamu bagaggawala mu ngeri ey'obukuusa nga babba oba nga bayita mu kutiisatiisa abalala. Omuntu ayinza okunnyooma enkola oba amateeka ge ggwanga ng'akkiriza ekintu olw'okuba alina bw'afuna mu mbeera eyo. Omulamuzi bw'alamula mu ngeri etali y'amazima oluvannyuma lw'okuweebwa enguzi, era omuntu atalina musango n'abonerezebwa, buno butali butuukirivu mu maaso ga buli muntu. Kwe kukozesa obubi obuyinza ng'omulamuzi.

Omuntu bw'atunda ekintu, ayinza okubbira mu butaweza buzito oba nga tekituusa mutindo ogusasuliddwa. Asobola okukozesa ebikola eby'ebbeeyi entono ddala okusobola okufuna amagoba amangi. Tebalowooza ku balala wabula balowooza ku kyebafunamu so nga kiggwaawo. Bamanyi ekituufu, naye tebafuna buzibu mu kubba abalala kubanga basanyukira mu sente ezitafunibwa mu butuukirivu. Ddala waliyo abantu bangi ababba banaabwe olw'okuganyulwa okutali kutuukirivu. Naye ate ffe? Tusobola okugamba nti tuli bayonjo?

Katugambe ekintu bwe kiti kibaddewo. Ng'oli mukozi wa gavumenti, era n'otegeera nti mukwano gwo alina bizinensi etali ntuufu gy'afunamu sente nnyingi. Ng'era okimayti nti bwanaakwatibwa, ekibonerezo kye kijja kubeera ky'amaanyi, kyokka nga mukwano gwo ono akuwa sente nnyingi ggwe okusirika oba okugira ng'okimma amazzi. Era n'akugamba nti ajja n'akwongera ensimbi ezisingirawo ddala. Kyokka mu kiseera ekyo kye kimu eka eriyo ekizibu eky'amaanyi ekyetaaga ensimbi nnyingi. Olwo, oyinza kukola otya?

Katulowooze ku mbeera endala. Olunaku lumu, wakebera ku

akawunti yo mu bbanka, ng'olina ensimbi nnyingi okusinga ezirina okubeerako. N'otegeera nti omusolo tegwagiddwako ku nsimbi ezo. Mu mbeera eno, oyinza kweyisa otya? Onoosanyuka ng'olowooza mutawaana gwabwe si mulimu gwo?

2 Eby'omumirembe 19:7 wagamba, "Kale nno entiisa ya MUKAMA ebeere ku mmwe, mwekuume mukole bwe mutyo, kubanga tewali butali butuukirivu eri MUKAMA Katonda waffe newakubadde okusosola mu bantu newakubadde okulya enguzi.' Katonda mutuukirivu; Talina butali butuukirivu n'akatono. Tusobola okuba nga twewomye amaaso g'abantu, naye tetusobola kulimba Katonda. N'olwekyo, n'okutya Katonda, tulina okutambulira mu kkubo ettuufu n'amazima.

Katulowooze ku Ibulaamu. Omwana wa mwannyina eyali e Sodoma bwe yawambibwa mu lutalo, Ibulaamu teyakomyawo omwana wa mwannyina yekka wabula n'abantu abalala abaali bawambiddwa n'ebyabwe byonna. Kabaka w'e Sodoma n'ayagala okulaga okusiima kwe ng'amuwa ku bintu bye yali anunudde, naye Ibulaamu ekyo yakigaana.

Ibulaamu n'agamba kabaka w'e Sodoma, "Nnyimusizza omukono gwange eri MUKAMA Katonda ali waggulu ennyo, nannyini ggulu n'ensi, nga ndayira nti siritwala kaggwa newakubadde akakoba k'engatto newakubadde akantu konna k'olina, oleme okwogera nti, 'Mmugaggawazizza Ibulaamu'" (Olubereberye 14:22-23).

Mukyala we Sarai bwe y'afa, nnyini ttaka we yalina okumuziika n'amuwa aw'okuziika wa bwereere, naye teyakikkiriza. Yasasula omuwendo ogusaana wo. Yali tayagala wabeewo nkayaana zonna gye bujja ku ttaka eryo. Yakola byonna bye yakola kubanga yali musajja w'amazima; yali tayagala kufuna bintu byatakoleredde oba okufuna magoba agatali gabutuukirivu. Singa yali anoonya sente yandikoze ebyo by'afunamu. Abo abagala Katonda era nga n'abo bagalibwa Katonda tebasobola kukosa muntu yenna oba okwenoonyeza ebyabwe nga bamenya amateeka ge ggwanga. Tebasuubira kufuna kintu kyonna kye batakoleredde okuyita mu mirimu gyabwe egy'amazima. Abo abasanyukira mu butali butuukirivu tebalina kwagala eri Katonda oba eri baliraanwa baabwe.

Obutali Butuukirivu mu Maaso ga Katonda

Obutali butuukirivu mu Mukama kya njawulo mu katono mu makulu aga wamu. Si kuvvoola mateeka kyokka n'okuleeta obulabe eri abalala, wabula buli kibi ekikontana n'Ekigambo kya Katonda. Obubi bw'omu mutima bwe bufubutukayo mu ngeri yonna, kiba kibi, era buno bubeera butali butuukirivu. Mu bibi ebingi, obutali butuukirivu bw'ogera ku mirimu gy'omubiri.

Gamba nga, obukyayi, ensaalwa, obuggya, n'obubi obulala mu mutima bufubutukayo mu bikolwa nga okuyomba, okukubagana, obutabanguko, scam, oba okutemula. Bayibuli etugamba nti bwe tukola obutali butuukirivu, kitufuukira kizibu okulokolebwa.

1 Abakkolinso 6:9-10 wagamba, "Oba temumanyi ng'abatali batuukirivu tebalisikira bwakabaka bwa Katonda? Temulimbibwanga, newakubadde abakaba, newakubadde abasinza ebifaananyi, newakubadde abenzi, newakubadde abafuuka abakazi, newakubadde abalya ebisiyaga, newakubadde ababbi, newakubadde abeegombi, newakubadde abatamiivu, newakubadde abavumi, newakubadde abanyazi, tebalisikira

bwakabaka bwa Katonda.'

Achani y'omu ku bantu abo abaayagala obutali butuukirivu ekyamuviirako okuzikirira. Yali mu mulembe ogw'okubiri okuva aba Isiraeri lwe baava e Misiri era ng'okuva mu buto yali awulidde n'okulaba ebintu Katonda bye yali akoledde abantu Be. Yalaba empagi ey'ekire emisana n'empagi ey'omuliro ekiro eby'abakuumanga. Yalaba amazzi g'ennyanja Yolodaani bwe gaaliganjadde ne bwe gaalekayo n'alaba ekibuga kye Yeriko ekyali eky'amaanyi ennyo bwe kyagwa mu kaseera buseera. Era yali amanyi bulungi nnyo ekiragiro kya Yoswa nti tewali muntu yenna eyalina okutwala ekintu ekyali mu Yeriko, kubanga byali bigenda kuweebwaayo eri Katonda.

Naye bwe yalaba ku bintu ebyali mu kibuga Yeriko, n'aggwamu amagezi olw'okweyagaliza yekka. Oluvannyuma lw'okubeera mu ddungu ebbanga eddene, ebintu mu kibuga Yeriko by'amulabikira bulungi nnyo. Bwe yalaba engoye ennungi, zaabu ne feeza, ne yeerabira Ekigambo kya Katonda n'ekiragiro kya Yoswa era n'abikweka.

Olw'ekibi kya Achani eky'okumenya amateeka ga Katonda, Isiraeri yafuna abaakosebwa bangi mu lutalo olwaddako. Okuyita mu kufiirwa okwaliiwo obutali butuukirivu bwa Achan kwe kubikkulwa, era ye n'abomu maka ge kwe kukubibwa amayinja agabatta. Amayinja gano gaakola entuumu era ekifo kino kiyitibwa Ekiwonvu kya Achor.

Era, ne mu Kubala essuula 22-24. Balamu yali omusajja eyali awuliziganya ne Katonda. Olunaku lumu, Balaki, kabaka we Mowabu n'amusaba akolimire abantu ba Isiraeri. Kyokka, Katonda n'agamba Balamu, "Togenda nabo, Tokolimira bantu abo, kubanga baweereddwa omukisa" (Okubala 22:12).

Oluvannyuma lw'okuwulira Ekigambo kya Katonda Balamu n'agaana okuddamu okusaba kwa Kabaka we Mowabu. Naye kabaka bwe yamusindikira zaabu ne feeza n'eby'obugagga ebirala bingi, omutima gwe ne gutenduka. Era ku nkomerero, eby'obugagga by'aziba amaaso ge, era n'asomesa kabaka engeri gy'ayinza okutega aba Isiraeri akatego. Era kiki ekyavaamu? Abaana ba Isiraeri ne balya emmere eweereddwayo eri ebifaananyi era ne bakola n'obwenzi bwe batyo kwe kwereetako okubonaabona okungi, era ye Balamu yamala n'attibwa ekitala. Ebyo bye biva mu kwagala ebintu ebitali bya butuukirivu.

Obutali butuukirivu bukwatagana butereevu n'obulokozi mu maaso ga Katonda. Bwe tulaba ab'oluganda mu kukkiriza nga beeyisa mu ngeri etali yabutuukirivu ng'abatakkiriza abali mu nsi, tuyinza kukola ki? Ddala tulina okunakuwala ku lwabwe, tubasabire, n'okubayamba basobole okutambulira mu Kigambo kya Katonda. Naye abakkiriza abamu beegomba abakkiriza abo nga bagamba, 'Nange njagala okutambulira mu bulamu bw'ekikristaayo obwangu ng'abo.' Era, Bwe weenyigira mu bye bakola, tetuyinza kugamba nti oyagala Mukama.

Yesu, olw'okuba yali talina musango, y'afa, okusobola okututuusa ffe abatali batuukirivu eri Katonda (1 Peetero 3:18). Bwe tutegeera okwagala kwa Mukama kuno okunene, tetulina kusanyukira mu butali butuukirivu. Abo abatasanyukira mu butali butuukirivu tebakoma kwewala kutambulira mu butali butuukirivu, wabula batambulira ne mu Kigambo kya Katonda. Olwo nno, basobola okufuuka mikwano gya Mukama era ne batambulira mu bulamu obulungi (Yokaana 15:14).

11. Okwagala Kusanyukira Wamu N'amazima

Yokaana, omu ka bayigirizwa ba Yesu ekkumi n'ababiri, yawonyezebwa okuttibwa ng'omujjulizi era n'abeerawo okutuusa lwe y'afa bukadde nga bwasaasaanya enjiri ya Yesu Kristo n'okwagala kwa Katonda eri abantu bangi. Ekimu ku bintu ebyamusanyusa ennyo mu myaka gye egyasembayo kwe kuwulira nti abakkiriza baali batambulira mu Kigambo kya Katonda, amazima.

Yagamba, "Kubanga nnasanyuka nnyo ab'oluganda bwe bajja ne bategeeza amazima go nga ggwe bw'otambulira mu mazima. Ssirina ssanyu lingi erisinga lino, okuwulira abaana bange nga batambulira mu mazima" (3 Yokaana 1:3-4).

Tusobola okulaba essanyu eringi lye yalina mu bigambo, 'Nnasanyuka nnyo.' Yalinga mukambwe nnyo n'atuuka n'okuyitibwa omwana w'eggulu eriduduma bwe yali ng'akyali muto, naye bwe yakyuka, yayitibwa omutume ow'okwagala.

Bwe twagala Katonda, tetujja kutambulira mu butali butuukirivu, era okusinga ennyo, tujja kutambulira mu mazima. Era tujja na kusanyukira wamu n'amazima. Amazima kitegeeza Yesu Kristo, enjiri n'ebitabo byonna 66 eby'omu Bayibuli. Abo abagala Katonda era nga Naye abagala, ddala bajja kusanyukira mu Yesu Kristo ne mu njiri. Basanyuka obwakabaka bwa Katonda bwe bugaziwa. Olwo kitegeeza ki okusanyukira awamu n'amazima?

Ekisooka, kwe kusanyuka ne 'enjiri.'

'Enjiri' ge mawulire amalungi mwe tulokokera okuyita mu Yesu Kristo era ne tugenda mu bwakabaka obw'omu ggulu. Abantu bangi banoonya amazima nga babuuza ebibuuzo nga,

'Ekigendererwa ky'obulamu kye kiri wa? Obulamu obw'omugaso bwe bufaanana butya?' Mu kugeezaako okufuna okuddibwamu eri ebibuuzo bino, basoma amasomo ag'eddiini, oba bagezaako okufuna okuddibwamu okuyita mu ddiini ez'enjawulo. Naye amazima ye Yesu Kristo, era tewali muntu yenna asobola kugenda mu ggulu awatali Yesu Kristo. Eyo yensonga lwaki Yesu yagamba nti, "Nze kkubo, n'amazima n'obulamu, tewali ajja eri Kitanga, wabula ng'ayita mu Nze" (Yokaana 14:6).

Twafuna obulokozi era ne tufuna obulamu obutaggwaawo bwe twakkiriza Yesu Kristo. Tusonyiyibwa ebibi byaffe okuyita mu musaayi gwa Mukama era tugibwa mu ggeyeena ne tuddizibwa mu Ggulu. Kati tutegeera amakulu g'obulamu n'okutambulira mu bulamu obw'omugaso. N'olwekyo, kijja kyokka ffe okusanyuka olw'enjiri. Abo abasanyuka olw'enjiri bajja kunyiikira okugisaasaanya eri abalala. Bajja kutuukiriza obuvunaanyizibwa obwabaweebwa Katonda era bakole mu bwesigwa okubunyisa enjiri. Era, basanyuka emyoyo bwe giwulira enjiri era ne gifuna obulokozi nga gikkiriza Yesu Kristo. Basanyuka obwakabaka bwa Katonda bwe bugaziwa. "[Katonda] ayagala abantu bonna okulokoka, era okutuuka mu kutegeerera ddala amazima" (1 Timoseewo 2:4).

Kyokka, waliyo abakkiriza, abakwatirwa abalala obuggya bwe babeera babuulira abantu bangi enjiri era ne babala ebibala eby'amaanyi. Ekkanisa ezimu zikwatirwa ekkanisa endala obuggya ekkanisa endala bwe ziba zikula era nga ziwa Katonda ekitiibwa. Kuno tekuba kusanyukira awamu n'amazima. Bwe tuba n'okwagala okw'omwoyo mu mutima gwaffe, tujja kusanyuka bwe tunaalaba obwakabaka bwa Katonda nga butuukirizibwa. Tujja kusanyukira wamu bwe tulaba ekkanisa ekula era eyagalibwa Katonda. Kuno kwe kusanyukira awamu n'amazima, nga kwe kusanyukira mu njiri.

Eky'okubiri, okusanyuka awamu n'amazima kitegeeza okusanyukira mu buli kimu eky'amazima.

Kwe kusanyuka nga tulabye, okuwulira, n'okukola ebintu eby'amazima, gamba nga obulungi, okwagala, n'obwenkanya. Abo abasanyukira awamu n'amazima bakwatibwako era ne bakulukusa n'amaziga bwe bawulira ebikolwa ebirungi ne bwe kiba kitono. Baatula nti Ekigambo kya Katonda g'emazima nti era kiwoomu okusinga omubisi gw'enjuki. Kale, basanyuka bwe babeera bawuliriza enjiri n'okusoma Bayibuli. Era, basanyuka nga batambulira mu Kigambo kya Katonda. Bagondera Ekigambo kya Katonda mu ssanyu ekyo ekitugamba 'okuweereza, okutegeera, n'okusonyiwa' n'abo abatukaluubiriza.

Dawudi yayagala nnyo Katonda era n'ayagala okuzimba Yeekaalu ya Katonda. Naye Katonda teyamuganya. Ensonga ewandiikiddwa mu 1 Ebyomumirembe 28:3. "Tozimbira linnya lyange nnyumba, kubanga ggwe oli musajja wa ntalo, era wayiwa omusaayi.' Kyali tekyebeereka Dawudi okuyiwa omusaayi kubanga yali mu ntalo nnyingi, kyokka nga mu maaso ga Katonda Dawudi yali tasaanidde kukola mulimu ogwo.

Wadde Dawudi yali tasobola kuzimba Yeekaalu, yategeka ebizimbisibwa byonna kale omwana we Solomon asobole okugizimba. Dawudi yategeka ebinaazimba n'amaanyi ge gonna, era okukola ekyo ky'amusanyusa nnyo. "Awo abantu ne basanyuka kubanga bawaayo ku bwabwe, kubanga baawaayo ku bwabwe eri MUKAMA n'omutima ogutuukiridde, era ne Dawudi kabaka n'asanyuka essanyu eddene" (1 Ebyomumirembe 29:9).

Mu ngeri y'emu, abo abasanyukira wamu n'amazima bajja kusanyuka abantu abalala nga bali bulungi. Tebalina buggya. Tebeesembereza kya kulowooza ebintu ebibi nga, 'singa ebintu tebimugendera bulungi,' oba okumatira olw'okuba abalala babonaabona. Bwe balaba ekintu ekitali ky'amazima nga kibaddewo, banakuwala ku lw'ekintu ekyo. Era, abo abasanyukira awamu n'amazima basobola okwagala n'amazima, n'omutima ogutakyukakyuka, n'amazima saako obwesimbu. Basanyuka n'ebigambo ebirungi saako ebikolwa ebirungi. Katonda naye asanyukira wamu n'abo era n'aleekanira waggulu nga bwe kyawandiikibwa mu Zeffaniya 3:17, "MUKAMA Katonda wo ali wakati wo, ow'amaanyi anaalokola, alikusanyukira n'essanyu, aliwummulira ku kwagala Kwe alikusanyukira ng'ayimba.'

Wadde tosobola kusanyukira mu mazima buli kiseera, tolina kuggwaamu maanyi oba na kuggwaamu ssuubi. Bw'ogezaako nga bw'osobola, Katonda kwagala n'okufuba okwo akulaba nga 'okusanyukira awamu n'amazima.'

Eky'okusatu, okusanyukira awamu n'amazima kwe kukkiririza mu Kigambo kya Katonda n'okugezaako Okukitambuliramu.

Si kyangu okusanga omuntu asanyukira awamu n'amazima okuviira ddala kuntandikwa. Kasita tuba nga mu ffe mulimu agatali mazima n'enzikiza, tusobola okulowooza ku bintu ebibi oba tusobola okuba nga tusanyukira wamu n'obutali butuukirivu. Naye bwe tutandika okukyuka mpolampola era ne tweggyako omutima gw'agatali mazima gonna, olwo nno tusobola okusanyukira awamu n'amazima mu bujjuvu. Nga tetunatuuka awo, tuba tulina okusigala nga tufuba nnyo.

Eky'okulabirako, si buli omu nti asanyuka mu kusaba. Bwe babeera abakkiriza abaggya oba abo abanafu mu kukkiriza, basobola okuwulira nga bakooye, oba omutima gwabwe guyinza okubeera ewala ddala. Basobola okubeera nga balowooza ku byavudde mu mupiira oba ne babeera nga beerariikirivu olw'abantu be balina okusisinkana okuteesa ku bya bizinensi enkya.

Naye nga ekikolwa eky'okujja mu kanisa okusaba kuba kufuba okugondera Ekigambo kya Katonda. Kwe kusanyukira awamu n'amazima. Lwaki tugezaako mu ngeri eno? Kwe kufuna obulokozi tusobole okugenda mu Ggulu. Olw'okuba twawulidde ekigambo eky'amazima n'okukkiririza mu Katonda, era tukkiriza nti eriyo olunaku olw'omusango, era nga lye Ggulu oba Ggeyeena. Kubanga tumanyi nti mu ggulu eriyo empeera za njawulo, tugezaako okufuba ennyo okutukuzibwa n'okukola n'obwesigwa mu byonna mu nnyumba ya Katonda. Wadde tuyinza obutasanyuka n'amazima 100%, bwe tugezaako nga bwe tusobola mu kigero kyaffe eky'okukkiriza, kwe kusanyukira awamu n'amazima.

Okuwulira Enjala n'Ennyonta y'amazima

Kirina kuba nga kijja kyokka ffe okusanyukira awamu n'amazima. Amazima gokka ge gatuwa obulamu obutaggwaawo era ge gasobola okutukyusiza ddala. Bwe tuwulira amazima, nga y'enjiri, era ne tugitambuliramu, tujja kufuna obulamu obutaggwaawo, era tujja kufuuka abaana ba Katonda abatuufu. Olw'okuba tujjudde essuubi ery'obwakabaka obw'omu ggulu n'okwagala okw'omwoyo, mu maaso gaffe mujja kumasaamasa ne ssanyu. Era, gyetukoma okukyusa okuba ab'amazima, tujja kubeera basanyufu kubanga tujja kuba twagalibwa Katonda era ajja kutuwa omukisa, era tujja kwagalibwa abantu bangi.

Tulina okusanyukira mu mazima ekiseera kyonna, era okusingira ddala tulina okubeera n'enjala saako ennyonta ey'okutegeera amazima. Bw'obeera n'enjala saako ennyonta, ddala ojja kubeera weetaaga emmere n'eky'okunywa. Bwe tuyaayaanira amazima, Tulina okunnyiikira okubiyaayaanira tusobole okukyuka okufuuka omuntu ow'amazima. Bulijjo tulina okutambulira mu bulamu obw'okulya n'okunywa amazima. Okulya n'okunywa amazima kye ki? Kwe kukuuma Ekigambo kya Katonda eky'amazima mu mutima gwaffe n'okukitambuliramu. Bwe tuyimirira mu maaso g'omuntu gwe twagala ennyo, kiba kizibu okukweka essanyu eriri mu maaso gaffe. Kye kimu ne bwe tuba nga twagala Katonda. Essaawa eno, tetuyinza kuyimirira mu maaso ga Katonda maaso ku maaso, naye bwe tuba twagalira ddala Katonda, kijja kulabika kungulu. Kwe kugamba, bwe tuwulira obuwulizi oba okulaba ekintu ekikwatagana n'amazima, tujja kusanyuka. Abantu abatwetoolodde amaaso gaffe bajja kuba bagalaba. Tujja kukulukusa amaziga n'okwebaza nga tulowoozezza bulowooza ku Katonda ne Mukama, emitima gyaffe gijja kukwatibwako n'ebikolwa eby'obulungi wadde bitono bitya.

Amaziga ag'obulungi, gamba nga amaziga ag'okwebaza n'amazika ag'okunakuwalira emyoyo emirala gajja kufuuka eby'okwewunda eby'omuwendo omungi mu dda ebinaawunda ennyumba z'abantu ssekinoomu mu Ggulu. Katusanyukire wamu n'amazima obulamu bwaffe busobole okujjula obukakafu nti twagalibwa Katonda.

Embala z'Okwagala Okw'omwoyo II

6. Okwagala Tekukola Bitasaana

7. Okwagala Tekunoonya Byakwo

8. Okwagala Tekunyiiga

9. Okwagala Tekusiba Bubi ku Mwoyo

10. Okwagala Tekusanyukira Bitali bya Butuukirivu

11. Okwagala Kusanyukira Wamu N'amazima

12. Okwagala Kugumiikiriza Byonna

Bwe tukkiriza Yesu Kristo era ne tugezaako okutambulira mu Kigambo kya Katonda, waliwo ebintu bingi bye tulina okugumiikiriza. Tulina okugumiikiriza embeera ezitusoomooza. Tulina n'okwefuga nga tuwangula okugoberera okwegomba kwaffe. Eyo yensonga lwaki mu kunyonyola embala ey'okwagala esooka kwe kuba omugumiikiriza.

Okubeera omugumiikiriza kwe kulwanagana okubeera munda mu muntu, omuntu kw'ayitamu ng'agezaako okweggyako agatali mazima mu mutima gwe. 'Okugumiikiriza byonna' kirina amakulu magazi. Nga tumaze okuteekateeka amazima mu mutima gwaffe okuyita mu bugumiikiriza, tulina okugumira obulumi bwonna obuyinza okutujira olw'abantu abalala. Kwe kugamba, kwe kugumira ebintu byonna ebitakwagana na kwagala kwa mwoyo.

Yesu yajja ku nsi kuno okulokola ab'onoonyi, abantu bo baamuyisa batya? Yakola birungi byokka, kyokka abantu ne bamudduulira, ne bamulekawo era ne bamusalira emisango. Era ekyavaamu kwe kumukomerera. Wabula wadde guli gutyo, Yesu byonna ebiva mu bantu bano yabigumiikiriza era n'asaba nga yeegayirira ku lwabwe obutalekayo. Yabasabira, ng'agamba, "Kitange, basonyiwe; kubanga tebamanyi kye bakola" (Lukka 23:34).

Kiki ekyava mu Yesu okugumiikiriza ebintu byonna n'okwagala abantu? Omuntu yenna akkiriza Yesu ng'omulokozi we abeera kati asobola okufuna obulokozi era n'afuuka omwana wa Katonda. Twateebwa okuva mu kufa era ne tutwalibwa eri obulamu obutaggwaawo.

Waliwo enjogera e Korea egamba nti, "Ssekula embazi okole empiso.' Kitegeeza nti n'obugumiikiriza tusobola okuwangula ekizibu ekya buli kika. Obudde bwenkana ki n'okufa ebiyinza okwetaagibwa okusekula ekyuma ky'embazi okusobola okukola empiso? Omuntu ayinza okulaba ng'ekitasoboka, "Lwaki olwo totunda embazi n'ogula empiso?"

Naye Katonda mu kwagala atuuyanye mu ngeri eyo, kubanga ye Mukama w'emyoyo gyaffe. Katonda tayanguwa kusunguwala era atugumiikiriza ng'atulaga okusaasira, okwagala okw'ekisa olw'okuba Atwagala. Atemako amatabi ku muntu n'okumuwawula wadde ng'emitima gyabwe migumu ng'ekyuma. Alindirira omuntu yenna okufuuka omwana We omutuufu, ne bw'aba ng'alabika nga atasobola kufuuka omu ku bo.

Olumuli olwatifu talirumenya, so n'enfinzi ezinyooka talizizikiza, okutuusa lw'alisindika omusango okuwangula (Matayo 12:20).

N'olwaleero Katonda agumiikiriza obulumi bwonna obuva mu kulaba ebikolwa by'abantu era atulindirira ne ssanyu. Abadde mugumiikiriza n'abantu, ng'abalindirira bakyuke olw'obulungi wadde nga bamaze emyaka nkumi na nkumi nga beeyisa mu ngeri ejjudde obubi. Wadde baava ku Katonda ne basinza ebifaananyi, Katonda yabalaga nti Ye Katonda omutuufu era n'abagumiikiriza n'okukkiriza. Katonda bw'agamba nti, "Mujjudde obutali butuukirivu era temuyambika. Si kyasobola kubagumiikiriza," olwo, abantu bameka abayinza okulokolebwa?

Nga bwe kyawandiikibwa mu Yeremiya 31:3, "Weewaawo nkwagadde n'okwagala okutaliggwaawo, kyenvudde nkuwalula n'ekisa," Katonda atukulembera n'okwagala kuno okutaliggwaawo.

Nga nkola obuweereza bwange ng'omusumba ow'ekkanisa ennene, Nsobodde okubaako bwe ntegeera obugumiikiriza bwa Katonda buno. Wabaddewo abantu abaalina obunafu obungi n'ensobi, naye olw'okuwulira omutima gwa Katonda bulijjo nzizze mbatunuulira n'amaaso ag'okukkiriza nti olunaku lumu balikyuka era baddize Katonda ekitiibwa. Nga bwe nzizze mbagumiikiriza nga nina okukkiriza mu bo, ba memba b'ekkanisa bangi baakula ne bafuuka abakulembeza abalungi.

Era wayita ekiseera kitono ne nerabira ekiseera kye n'ayitamu ng'ambagumiikiriza, era ne mpulira nga ebbanga teryali ddene. Mu 2 Peetero 3:8 kyawandiikibwa nti, "Naye kino kimu temukyerabiranga, abaagalwa, nga eri Mukama waffe olunaku olumu luli ng'emyaka olukumi, n'emyaka olukumi giri ng'olunaku olumu," era n'ensobola okutegeera olunyiriri luno kye lwali lutegeeza. Katonda agumiikiriza ebintu byonna okumala ebbanga eddene kyokka ebbanga eryo eddene alaba nga kaali kaseera katono. Katutegeera okwagala kwa Katonda kuno era wamu n'akwo katwagale bonna abatwetoolodde.

13. Okwagala Kukkiriza Byonna

Ddala bw'oba ng'oyagala omuntu, ojja kukkiriza kyonna ekiva eri omuntu oyo. ne bwabeerako n'ensobi, era ojja kugezaako okumukkiriza. Omwami n'omukyala ekibaleeta awamu kuba kwagala. Mu bafumbo bwe muba temuliimu kwagala, kitegeeza tebeesigang'ana, kale buli kamu kabeera kabayombesa buli ssaawa so babeera mu kwebuusabuusa mu buli kimu. Bwe kigenda ewala batandika okutambula ebbali ne batandika okulumya banaabwe. Ddala bwe babeera bagalana beesigang'ana mu byonna, era bajja kukkiriza nti abaagalwa baabwe bantu balungi nti era bajja kutereera. Era nga bwe bakkiriza, abaagalwa baabwe bakola bulungi ebyo bye babeera bakola.

Obwesigwa n'okukkiriza kisobola okuba ekipimo ekiyamba okunyweza okwagala. N'olwekyo, okukkiririza mu Katonda mu byonna kwe kumwagalira ddala. Ibulaamu, taata w'okukkiriza, yayitibwa mukwano gwa Katonda. Awatali kuwalira kwonna Ibulaamu yagondera ekiragiro kya Katonda bwe yamulagira okuwaayo omwana we Yisaaka nga ssaddaaka. Yasobola okukikola kubanga yali akkiririza mu Katonda mu byonna. Katonda bwe yalaba okukkiriza kwa Ibulaamu kuno era n'akkiriza okwagala kwe.

Okwagala kwe kukkiriza. Abo abagalira ddala Katonda era bajja kumukkiririzaamu mu bujjuvu. Ebigambo bya Katonda bajja kubikkiriza 100%. Era olw'okuba byonna babikkiriza, bagumiikiriza ebintu byonna. Okugumiikiriza byonna ebikontana n'okwagala, tulina okukkiriza. Kwe kugamba, okujjako nga tukkiriza ebigambo bya Katonda byonna, lwe tusobola okusuubira mu bintu byonna era ne tukomola emitima gyaffe nga tweggyako buli kimu ekikontana n'okwagala.

Kituufu, tekiri nti twakkiriza Katonda kubanga twamwagala okuva ku ntandikwa. Katonda ye yasooka okutwagala, era bwe twakkiriza amazima ago, ne tutandika okwagala Katonda. Katonda yatwagala atya? Yawaayo Omwana We omu yekka ku lwaffe, abaali ab'onoonyi, okusobola okutuggulirawo ekkubo ery'obulokozi.

Mu kusooka, tutandika okwagala Katonda nga tukkiririza mu mazima gano, naye bwe tuteekateeka okwagala okw'omwoyo mu bujjuvu, tujja kutuuka ku mutendera nga tukkiririza ddala kubanga twagala. Okuteekateeka okwagala okw'omwoyo mu bujjuvu, kitegeeza nti twegiddeko ddala agatali mazima gonna agaali mu mutima gwaffe. Bwe tuba nga tetulina gatali mazima mu mitima gyaffe, tujja kuweebwa okukkiriza okw'omwoyo okuva waggulu, nga kino kituyamba okukkiriza okuva ku ntobo y'omutima. Kale, awo tuba tetusobola kubuusabuusa Kigambo kya Katonda, era ng'obwesige bwaffe mu Katonda tebuli nyeenyezebwa. Era, bwe tuteekateeka okwagala okw'omwoyo mu bujjuvu, tujja kukkiriza abantu bonna. Tekibaawo nti lwakuba abantu beesigwa, naye bwe babeera nga bajjudde obunafu era nga balina n'ensobi nnyingi, tubatunuulira n'amaaso ag'okukkiriza.

Tulina okubeera abeetegefu okukkiriza omuntu yenna. Tulina n'okwekkiririzaamu. Wadde nga tulina ensobi nnyingi, tulina okukkiririza mu Katonda oyo ajja okutukyusa, era tulina n'okwetunuulira n'amaasa ag'okukkiriza nti tunaatera okukyuka. Omwoyo Omutukuvu abeera atubuulira mu mutima gwaffe,

"Osobola okukikola. Nja kukuyamba.' Bw'okkiririza mu kwagala kuno n'oyatula nti, "Nsobola okusingawo, nsobola okukyuka," olwo nno Katonda ajja kukituukiriza okusinziira ku kwatula okwo okw'okukkiriza. Nga kirungi nnyo okukkiriza!
Katonda naye atukkiririzaamu. Akkiriza nti buli ssekinnoomu ku ffe ajja kutegeera okwagala kwa Katonda era ajje eri ekkubo ery'obulokozi. Kubanga ffena yatutunuulira n'amaaso ag'okukkiriza era N'awaayo Omwana We omu yekka, Yesu, ku musaalaba. Katonda yakkiriza nti n'abo abatanamanya oba abatanakkiririza mu Mukama bajja kudda ku ludda lwa Katonda. Akkiriza nti abo abakkiriza Mukama edda bajja kukyusibwa okufuuka abaana ba Katonda abo abamufaanana ennyo. Katukkirize omuntu yenna n'ekika ky'okwagala kwa Katonda kino.

14. Okwagala Kusuubira Byonna

Kigambibwa nti ebigambo bino biwandiikiddwa ku emu ku ntaana esangibwa e Westminster Abbey mu Bungereza, "Mu biseera byange eby'obuvubuka n'ayagala okukyusa ensi naye saasobola. Wakati awo n'enjagala okukyusa ab'omu maka gange naye saasobola. Kyokka nga naatera okufa n'enkitegeera nti nandisobodde okukyusa ebintu ebyo byonna singa nali nkyuse.'

Ebiseera ebisinga, abantu bagezaako okukyusa omuntu singa balina kye batayagala ku muntu oyo. Naye nga kiringa ekitasoboka okukyusa abantu abalala. Abafumbo abamu balwana mu buntu obutono ennyo ng'okunyiga eddagala ly'amannyo okuva waggulu oba okuva wansi. Tulina okusooka okukyusa obulamu bwaffe nga tetunagezaako kukyusa balala. Era olw'okwagala kwe tulina gye bali, tusobola okulindirira abalala okukyuka, nga bwe tusuubira nti bajja kukyuka.

Okusuubira ebintu byonna kwe kuyaayaanira n'okulindirira ebintu byonna by'okkiririzaamu okutuukawo. Kwe kugamba, bwe tuba nga twagala Katonda, tujja kukkiriza Ekigambo kya Katonda kyonna era tusuubire nti buli kintu kyonna kijja kukolebwa okusinziira ku kigambo Kye. Osuubira ennaku z'ojja okugabaniramu okwagala ne Katonda Kitaffe olubeerera mu bwakabaka obw'omu ggulu obulungi. Eyo yensonga lwaki ogumiikiriza ebintu byonna okusobola okudduka embiro zo ez'okukkiriza. Naye, watya nga tewaali kusuubira?

Abo abatakkiririza mu Katonda tebasobola kubeera na ssuubi lya bwakabaka obw'omu ggulu. Eyo yensonga lwaki batambula ng'okuyaayaana kwabwe bwe kuli, kubanga tebalina ssuubi lya kiseera kya mumaaso. Bagezaako okufuna ebintu ebisingawo era ne balwana okujjuza okuyaayaana kwabwe. Wabula ne bwe babeera na byenkana wa oba ne beeyagala kyenkana ki, tebasobola kumatirira ddala. Babeera mu kutya kiki ekiddirira.

Ku ludda olulala, abo abakkiririza mu Katonda basuubira ebintu byonna, kale bakwata ekkubo efunda. Lwaki tugamba nti kkubo efunda? Kitegeeza nti funda mu maaso g'abo abatakkiririza mu Katonda. Nga tukkiriza Yesu Kristo era ne tufuuka abaana ba Katonda, tusiiba mu kanisa ku lunaku olwa sande nga tusaba, nga tetugenze mu masanyu ga nsi gonna. Tukolerera obwakabaka bwa Katonda n'emirimu egy'obwannakyewa era ne tusaba tusobole okutambulira mu Kigambo kya Katonda. Ebintu ng'ebyo bizibu okukola awatali kukkiriza, era eyo yensonga lwaki tugamba nti kkubo ffunda.

Mu 1 Bakkolinso 15:19 omutume Pawulo agamba, "oba nga mu bulamu buno mwokka mwe tubeeredde n'essuubi mu Kristo, tuli ba kusaasirwa okusinga abantu bonna.' Mu ndowooza ey'omubiri, obulamu obujjudde okukola ennyo bulinga omugugu. Naye bwe tubeera ne ssuubi mu byonna, engeri eno etusanyusa okusinga engeri endala yonna. Bwe tubeera n'abo betwagala ennyo, tujja kubeera basanyufu ne bwe tunaaba tubeera mu nnyumba embi. Ate bwe tulowooza ku ky'okuba nti tujja kubeera ne Mukama omwagalwa olubeerera mu ggulu, nga tujja kubeera basanyufu bulala! Tuccamuka era ne tusanyuka ne bwe tukirowoozaako obulowooza. Mu ngeri eno, n'okwagala okutuufu tulindirira n'okusuubira nga tetukyukakyuka okutuuka ebyo byonna bye tukkiririzaamu bwe bituukirira.

Okulindirira buli kimu n'okukkiriza ky'amaanyi nnyo. Eky'okulabirako, katugambe nti omu ku baana bo awaba era takyasomerako ddala. Omwana ono, bw'oba ng'omukkiririzaamu n'ogamba nti ajja kukikola, era n'omutunuulira n'amaaso ag'essuubi nti ajja kukyuka, asobola okukyuka n'afuuka omwana omulungi ekiseera kyonna. Okukkiriza kw'abazadde mu baana baabwe kuyamba abaana okutereera n'okwekkiririzaamu. Abaana abo abekkiririzaamu babeera n'okukkiriza nti basobola okukola ekintu kyonna; bajja kusobola okuwangula embeera enzibu, era endowooza ng'eyo ekola kinene nnyo mu kusoma kwabwe.

Kye kimu ne bwe tuba nga tulabirira emyoyo mu kanisa. Embeera ne bw'ebeera etya, tetulina kubaako ngeri gye tulabamu muntu yenna. Tetulina kuggwamu maanyi nga tugamba, 'Kirabika kizibu nnyo omuntu oyo okukyuka,' oba 'akyali kye kimu.' Buli omu tulina okumutunuulira n'amaaso ag'okusuubira nti bajja kukyusa mangu ddala era basaanuusibwe okwagala kwa Katonda. Tulina okugenda mu maaso nga tubasabira n'okubazzaamu amaanyi nga tugamba era nga tukkiriza nti, "basobola okukikola!"

15. Okwagala Kuzibikiriza Byonna

1 Abakkolinso 13:7 wagamba, "[okwagala] kugumiikiriza byonna, kukkiriza byonna, kusuubira byonna, kuzibiikiriza byonna.' Bw'oba ng'oyagala osobola okuzibikiriza ebintu byonna. Olwo, kitegeeza ki 'okuzibikiriza'? Bwe tugumira ebintu byonna ebitakwatagana na kwagala, wajja kubaawo ekikivaamu. Bwe wabaawo omuyaga ku nnyanja, wabeerawo amayengo. Omuyaga ne bwe guba nga gukakkanye, wajja kuba wakyaliwo obuyengo obutonotono obusigadde. Ne bwe tuba nga tugumidde ebintu byonna, Tekijja kukoma awo we nnyini w'etukigumiikiriza. Wajja kubaawo obusigalira obuva mu kyo.

Eky'okulabirako, Yesu mu Matayo 5:39 yagamba nti, "Naye nange mbagamba nti temuziyizanga mubi, naye omuntu bw'akukubanga oluba olwa ddyo, omukyukizanga n'olwa kkono.' Nga bwe kyogera, omuntu ne bw'akukuba oluyi ku ttama erya ddyo, tomuddiza, naye kigumire. Olwo kiba kiwedde? Wajja kubaawo ekikivaamu. Ojja kuwulira obulumi. Ettama lyo liyinza n'okuzimba, naye obulumi obuli mu mutima bwe businga. Abantu balina ensonga ez'enjawulo lwaki babeera n'obulumi mu mitima gyabwe. Abamu babeera n'obulumi mu mutima gwabwe kubanga balowooza nti oluyi lubakubiddwa nga tebalina musango era kino ne kibasunguwaza. Ate abalala basobola okubeera n'obulumi mu mutima olw'okuwulira obubi nti baanyizizza omuntu oyo. Abalala bayinza okuwulira obubi kubanga balabye ow'oluganda atasobola kufuga busungu bwe, wabula n'abulaga okuyita mu kukuba mu kifo ky'okubukozesa obulungi.

Ekiva mu kugumira ekintu kisobola okuva mu mbeera

ez'okungulu. Ekyokulabirako, omuntu n'akukuba oluyi ku luba olwa ddyo. Kale n'okyusa olulala okusinziira ku kigambo kya Katonda. Awo, n'akwongera ne kuluba olwa kkono. Okigumidde ng'ogoberera Ekigambo kya Katonda, naye nga embeera erabika nga eyongedde okwonooneka.

Kino kye kyaliwo ku Danyeri. Teyekkiriranya wadde nga yali akimanyi nti ajja kusuulibwa mu bunnya bw'empologoma. Kubanga yali ayagala Katonda, teyalekayo kusaba ne mu mbeera eyali eyakatyabaga eri obulamu bwe. Era, teyakola bubi eri abo abaali bagezaako okumutta. Olwo, ebintu by'atereera olw'okuba buli kimu yali akikola okusinziira ku Kigambo kya Katonda? Nedda. Yasuulibwa mu bbunya bw'empologoma!

Tuyinza okulowooza nti ebigezo byonna birina okuvaawo bwe tugumiikiriza ebintu ebitakwatagana na kwagala. Olwo, lwaki ebigezo bigoberera? Kye kigendererwa kya Katonda okutufuula abatuukiridde alyoke atuwe emikisa egyewuunyisa. Ennimiro ejja kuvaamu amakungula amalungi ng'emaze kugumira nkuba, empewo n'akasana ppereketya. Ekigendererwa kya Katonda kwe kuba nti tuvaayo ng'abaana ba Katonda abatuufu okuyita mu bigezo.

Ebigezo, Mikisa

Omulyolyomi Setaani accankalanya obulamu bw'abaana ba Katonda bwe bagezaako okutambulira mu kitangaala. Setaani agezaako okunoonya ekintu kyonna ekisingisa abantu omusango, era bwe balaga engeri yonna ey'okubasinga, Setaani ddala abalumiriza. Eky'okulabirako kwe kuba ng'omuntu akuyisizza bubi era n'okigumira ku ngulu, wabula n'osigala ng'omwagaliza bubi munda. Omulabe setaani kino akimanyi era ajja kutandika okukulumiriza olw'engeri eno gy'owuliramu. Olwo, Katonda aganya ebigezo okusinziira ku ebyo setaani by'akulumiriza. Okutuuka lwe tukkiriza nti tetulina bubi mu mutima gwaffe, bulijjo wajja kubangayo 'ebigezo eby'okututereeza.' Kituufu, ne bwe tuba twegiddeko ddala ebibi era ne tutukuzibwa ddala, wasobola okubaayo ebigezo. Ebigezo eby'ekika kino bijja ffe okusobola okuweebwa emikisa egisingawo. Okuyita mu kino, tetusigala ku ddaala ery'obutaba na bubi bwonna, wabula tujja kuteekateeka okwagala okusingawo n'obulungi obusingawo nga tetulina bbala lyonna wadde olufunyiro mu mbeera yonna.

Tekiba kya mikisa gya muntu ssekinoomu yekka; etteeka lino lituukira ne bwe tugezaako okutuukiriza obwakabaka bwa Katonda. Katonda okusobola okulaga emirimu Gye egy'amaanyi, waliwo ekigero ky'obwenkanya ekirina okutuukibwako. Mu kulaga okukkiriza okw'amaanyi n'ebikolwa eby'okwagala, tulina okukakasa nti tuli ebibya ebyetegese okufuna eby'okuddibwamu, nga omulabe setaani talina wakiwakanyiza.

Kale, olumu Katonda aganya tuyite mu mbeera. Bwe tuzigumira n'obulungi bwokka saako okwagala, Katonda atuganya okumuddiza ekitiibwa mu ngeri ey'amaanyi n'obuwanguzi obusingawo era Atuwa empeera ezisingawo. Naddala, bw'owangula okuyigganyizibwa n'ebizibu by'ofuna ku lwa Mukama, ddala ojja kufuna emikisa egy'amaanyi. "Mmwe mulina omukisa bwe banaabavumanga, bwe banaabayigganyanga, bwe banaabawaayiranga buli kigambo kibi, okubavunaanya nze. Musanyuke, mujaguze nnyo, kubanga empeera yammwe nnyingi mu ggulu. kubanga bwe batyo bwe baayigganya bannabbi abasooka mmwe" (Matayo 5:11-12).

Okugumiikiriza, Okukkiriza, Okusuubira, n'Okugumira Ebintu byonna

Bw'okkiriza ebintu byonna era n'osuubira ebintu byonna n'okwagala, osobola okuwangula buli kika kya kigezo. Olwo, tuyinza tutya okukkiriza, okusuubira, n'okugumira ebintu byonna?

Okusooka, tulina okukkiririza mu kwagala kwa Katonda okutuuka ku nkomerero, ne mu bigezo wakati.

1 Peetero 1:7 wagama, "...okugezebwa kw'okukkiriza kwammwe okusinga omuwendo ezaabu eggwaawo, newakubadde ng'egezebwa mu muliro, kulyoke kulabike okuleeta ettendo n'ekitiibwa n'okugulumizibwa Yesu Kristo bw'alibikkulibwa.' Atulongoosa tusobole okubeera n'ebisaanyizo, tusobole okweyagalira mu ttendo, n'ekitiibwa obulamu bwaffe nga bukomye ku nsi kuno.

Era, bwe tutambulira mu Kigambo kya Katonda mu bujjuvu nga tetwekkiriranya na nsi, wabaawo ebiseera bwe tusisinkana okubonaabona okutali kwa bwenkanya. Buli ekyo lwe kibeerawo, tulina okukkiriza nti tuli mu kufuna okwagala kwa Katonda okw'enjawulo. Era, mu kifo ky'okuggwaamu amaanyi, tujja kwebaza kubanga Katonda abeera atukulembera mu bifo eby'okubeeramu mu Ggulu ebisingawo. Era, tulina okukkiririza mu kwagala kwa Katonda, era tulina okukkiriza okutuuka ku nkomerero. Wayinza okubaawo obulumi mu bigezo eby'okukkiriza.

Obulumi bwe bubeera bw'amaanyi era ne butwala ebbanga

ddene, tusobola okulowooza, "Lwaki Katonda tannyamba? Takyanjagalirako ddala?" Naye mu biseera bino, tulina okujjukira okwagala kwa Katonda bulungi nnyo era tugumire ebigezo. Tulina okukkiriza nti Katonda Kitaffe ayagala okututwala mu bifo eby'omu ggulu ebisingako kubanga Atwagala. Bwe tuguma okutuuka ku nkomerero, tujja kumaliriza tufuuse abaana ba Katonda abatuukiridde. "Era omulimu gw'okugumiikiriza gutuukirirenga, mulyoke mubeere abaatuukirira, abalina byonna, abataweebuuka mu kigambo kyonna" (Yakobo 1:4).

Eky'okubiri, okugumira ebintu byonna tulina okukkiriza nti ebigezo lye kkubo ery'okumpi okutuukiriza Essuubi lyaffe.

Abaruumi 5:3-4 wagamba, "So si ekyo kyokka, era naye twenyumirizenga mu kubonaabona kwaffe, nga tumanyi ng'okubonaabona kuleeta okugumiikiriza, nate okugumiikiriza kuleeta okukemebwa, nate okukemebwa kuleeta okusuubira;" Wano okubonaabona kuba nga ekkubo ery'okumpi okutuukiriza essuubi lyaffe. Oyinza okulowooza bw'oti, "Bannange, nnakyuka ddi?" naye bw'oguma era n'ogenda mu maaso n'okukyuka, olwo mpola mpola ojja kumala ofuuke omwana wa Katonda omutuufu era atuukiridde amufaanana.

N'olwekyo, ekigezo bwe kijja, tolina ku kyewala naye gezaako okukiyita n'amaanyi go gonna. Kituufu, lye tteeka ly'obutonde n'okuyaayaana kw'omuntu okw'obutonde okunoonya ekkubo erisingayo obwangu. Naye buli gye tukoma okudduka ebigezo, olugendo lwaffe gye lukoma okweyongera obuwanvu. Eky'okulabirako, waliyo omuntu nga ye kyakola kukukaluubiriza mu buli kimu. Nga tokiraga kungulu, naye nga obeera toteredde buli lw'omusisinkana. Kale ng'oyagala omwewale buli ssaawa. Mu mbeera ng'eno, tolina kwewala mbeera eno, wabula olina okubaako ky'okola okugiwangula. Olina okugumira obuzibu bw'obeeramu ng'oli naye, era oteeketeeka omutima ogutegeerera ddala omuntu oyo n'okumusonyiwa. Olwo nno, Katonda ajja kukuwa ekisa era ojja kukyuka. Mu ngeri yemu, buli kigezo kyonna kijja kufuuka ejjinja kw'osinziira era ekkubo ery'okumpi eri okutuukiriza essuubi lyo.

Eky'okusatu, Okugumira ebintu byonna, tulina kukola bulungi bwokka.

Bwe tusisinkana ebyo ebiva mu kubonaabona olw'ekigambo, n'oluvannyuma lw'okugumira ebintu byonna okusinziira ku Kigambo kya Katonda, ebiseera ebisinga abantu beemulugunya eri Katonda. Beemulugunya nga bagamba, "Ye lwaki embeera tekyuka n'oluvannyuma lw'okutambulira mu Kigambo?" Ebigezo byonna eby'okukkiriza bireetebwa omulabe Setaani. Kwe kugamba, ebigezo n'okusoomoozebwa luba lutalo wakati w'obulungi n'obubi.

Okuvaayo ng'omuwanguzi mu lutalo luno olw'omwoyo, tulina okulwana okusinziira ku mateeka ag'ensi ey'omwoyo. Amateeka g'ensi ey'omwoyo g'agamba nti obulungi ku nkomerero bwe buwangula. Abaruumi 12:21 wagamba nti, "Towangulwanga bubi, naye wangulanga obubi olw'obulungi.' Bwe tweyisa mu bulungi mu ngeri eno, tuyinza okulabika ng'abafiirwa era ne tufiirwa mu kiseera ekyo, naye ng'amazima, kirala ddala. Kiri bwe kityo lwakuba Katonda omulungi era omwenkanya yafuga emikisa gyonna, ebitatambula bulungi, saako obulamu n'okufa eby'abantu. N'olwekyo, bwe tusisinkana ebizibu, ebigezo oba okuyigganyizibwa, tulina kweyisa mu bulungi bwokka.

Mu mbeera ezimu eriyo abakkiriza abasisinkana okuyigganyizibwa okuva mu b'omu maka gaabwe abatakkiriza. Mu mbeera ng'eyo, abakkiriza bayinza okulowooza, "Lwaki omwami wange mubi nnyo? Lwaki mukyala wange mubi nnyo?" kyokka awo, ekigezo kijja kubeera kinene era kyongere kuwanvuwa. Obulungi kye ki mu mbeera ng'eno? Olina okusaba n'okwagala era obaweereze mu Mukama. Olina okufuuka ekitangaala ekimulisa ennyo eri ab'omu maka go.

Bw'okola obulungi bwokka gye bali, Katonda ajja kukola omulimu Gwe mu kiseera ekisaanidde. Ajja kugobawo omulabe Setaani era akwate ne ku mitima gy'abomu maka go. Ebizibu byonna bijja kugonjoolwa bw'onookolera mu bulungi okusinziira ku mateeka ga Katonda. Eky'okulwanyisa ekisingayo mu lutalo olw'omwoyo tekiri mu maanyi oba amagezi ag'abantu wabula mu bulungi bwa Katonda. N'olwekyo, katugumiikirize mu bulungi bwokka era tukole ebintu ebirungi.

Waliwo omuntu akuli okumpi gw'olowooza nti muzibu nnyo tagumiikirizika? Abantu abamu bakola ensobi buli kiseera, ne b'onoono n'okukaluubiriza abalala. Abalala beemulugunya nnyo era ne batandika n'okutolotooma ne mu buntu outono. Naye bw'oteekateeka okwagala okutuufu mu ggwe, tejja kubaayo muntu yenna gw'otasobola kugumiikiriza. Kiri bwe kityo lwa kuba oyagala abalala nga bwe weyagala gwe, nga Yesu bwe yatugamba nti twagale baliraanwa baffe nga bwe tweyagala (Matayo 22:39).

Katonda Kitaffe naye atutegeera era n'atugumiikiriza mu ngeri eno. Okutuuka ng'oteeseteesa okwagala kuno mu ggwe, olina okubeera nga luulu eyitibwa oyster. Ekintu eky'ebweru nga omusenyu, omuddo gwe nnyanja, oba ebintu ebirala bwe biyingira mu kikuta kyayo ne mu mubiri, luulu eno eyitibwa oyster ebikyusa ne bifuuka luulu ennungi ennyo! Mu ngeri eno, bwe tuteekateeka okwagala okw'omwoyo, tujja kuyita mu wankaaki eya luulu era tugende mu Yerusaalemi Ekiggya ng'eyo namulondo ya Katonda gyesangibwa.

Lowooza ku kiseera ng'oyita mu wankaaki eya Luulu nga ekujjukiza ebiseera byo eby'edda ku nsi kuno. Tulina okuba nga tusobola okwogera eri Kitaffe Katonda nti, "Weebale okugumiikiriza, okukkiriza, okusuubira, n'okugumira ebintu byonna ku lwange," kubanga ajja kuba abumbye emitima gyaffe bulungi nnyo nga luulu ennungi ennyo.

Embala Z'okwagala Okw'omwoyo III

12. Okwagala Kugumiikiriza Byonna

13. Okwagala Kukkiriza Byonna

14. Okwagala Kusuubira Byonna

15. Okwagala Kugumira Byonna

Okwagala Okutuukiridde

"Okwagala tekuggwaawo emirembe gyonna, naye oba bunnabbi, bulivaawo, oba ennimi, zirikoma, oba okutegeera, kulivaawo. Kubanga tutegeerako kitundu, era tulagulako kitundu. Naye ebituukirivu bwe birijja, eby'ekitundu birivaawo. Bwe nnali omuto, nnayogeranga omuto, nnategeeranga ng'omuto, nnalowoozanga ng'omuto, bwe nnakula, ne ndeka eby'obuto. Kubanga kaakano tulabira mu ndabirwamu ebitalabika bulungi, naye mu biro biri tulitunulagana n'amaaso. Kaakano ntegeerako kitundu, naye mu biro biri nditegeerera ddala era nga bwe nnategeererwa ddala. Naye kaakano waliwo okukkiriza. Okusuubira, okwagala, ebyo byonsatule, naye ku ebyo ekisinga obukulu kwagala.'

1 Abakkolinso 13:8-13

Bw'oba ogenda mu Ggulu, bw'obaako ekintu ky'osobola okugenda n'akyo, oyinza kwagala kutwala ki? Zaabu? Bikomo? Oba Sente? Ebintu bino byonna tebirina makulu mu Ggulu. Mu Ggulu, enguudo kw'otambulira za zaabu omulungi ennyo. Katonda Kitaffe byategese mu bifo eby'okubeera mu ggulu birungi nnyo era bya muwendo. Katonda ategeera emitima gyaffe era n'ategeka ekyo ekisingayo obulungi n'amaanyi Ge gonna. Naye waliyo ekintu kimu kye tuyinza okuva nakyo wano ku nsi, era nga kijja kuba kya muwendo nnyo ne mu Ggulu. Kwe kwagala. Okwagala okuteekeddwateekeddwa mu mutima gwaffe nga tuli kuno ku nsi.

Okwagala kwetaagibwa ne mu Ggulu

Ng'okuteekateeka omuntu kuwedde era ne tugenda mu bwakabaka obw'omu ggulu, ebintu byonna eby'oku nsi kuno bijja kuggwaawo(Okubikkulirwa 21:1). Zabuli 103:15 wagamba, "Omuntu, ennaku ze ziri ng'omuddo, ng'ekimuli eky'omu nsiko, bw'ayera bw'atyo.' N'ebintu ebitakwatibwako gamba nga obugagga, ekitiibwa, n'obuyinza n'abyo bijja kugwaawo. Ebibi byonna n'enzikiza nga obukyayi, okuyomba, ensaalwa, obuggya byonna biriggwaawo.

Naye 1 Abakkolinso 13:8-10 wagamba, "Okwagala tekuggwaawo emirembe gyonna, naye oba bunnabbi,bulivaawo, oba ennimi, zirikoma, oba okutegeera, kulivaawo. Kubanga tutegeerako kitundu, era tulagulako kitundu. Naye ebituukirivu bwe birijja, eby'ekitundu birivaawo.'

Ebirabo eby'obunnabbi, eby'okwogerera mu nnimi, oba okutegeera mu Katonda byonna bintu bya mwoyo, olwo lwaki biriba bivaawo? Eggulu lisangibwa mu nsi ey'omwoyo era nga kye kifo ekituukiridde. Mu Ggulu, buli kimu tujja kukitegeera bulungi. Wadde tuwuliziganya ne Katonda bulungi era ne tuwa obunnabbi, kijja kubeera kya njawulo ddala mu ngeri gye tutegeeramu buli kimu mu bwakabaka obw'omu ggulu gye bujja. Olwo, tujja kuba tutegeera bulungi omutima gwa Katonda Kitaffe ne Mukama, kale obunnabbi bujja kuba tebukyetaagisa.

Kye kimu n'okwogera mu nnimi. Wano, 'ennimi' kitegeeza ennimi ez'enjawulo. Kati, tulina ennimi nnyingi nnyo ku nsi kuno, kale okusobola okwogera n'abalala aboogera olulimi olw'enjawulo, tulina okuyiga olulimi lwabwe. Olw'obuwangwa obw'enjawulo, twetaaga obudde bungi n'okufuba okubuulira abantu omutima n'ebirowoozo byaffe. Ne bwe tuba nga twogera olulimi lumu, tetusobola kutegeera kiri mu mutima gwa mulala ne mu birowoozo bye mu bujjuvu. Ne bwe tuba nga twogedde bulungi nnyo era nga tunyonnyodde bulungi, Si kyanga okulaga abantu omutima gwaffe n'ebirowoozo 100%. Kubanga mu bigambo, tuyinza obutategeragana oba okuyomba. Ate waliwo n'ensobi nnyingi mu bigambo.

Naye bwe tugenda mu Ggulu, tetulina kwerariikirira bintu bino. Mu ggulu eriyo olulimu lumu lwokka. Kale, tewali kitwerariikiriza mu kutegeera abalala. Olw'okuba omutima omulungi guvaayo nga bwe guli, teyinza kubaayo kutegeera bubi oba okwogera ebitaliiyo.

Kye kimu n'okutegeera. Wano, 'okutegeera' kitegeeza okumanya Ekigambo kya Katonda. Bwe tubeera ku nsi kuno tunnyiikira okutegeera ekigambo kya Katonda. Okuyita mu bitabo 66 ebya Bayibuli, tuyiga engeri gye tuyinza okulokolebwa n'okufuna obulamu obutaggwaawo. Tutegeera okwagala kwa Katonda nga bwe kuli, naye ng'ate kitundu ku ebyo Katonda byayagala, nga bikwatagana ku kyetwetaaga ffe okusobola okugenda mu ggulu.

Eky'okulabirako, tuwulira ne tuyiga era ne tutambulira mu bigambo nga, 'Mwagalanenga,' 'Temukwatibwa buggya, temuba n'ansaalwe,' n'ebirala. Naye mu Ggulu, eriyo kwagala kwokka, n'olwekyo, tetwetaagayo kutegeera nga kuno. Wadde bintu bya mwoyo, ku nkomerero obunnabbi, ennimi ez'enjawulo, n'okutegeera kwonna bijja kuvaawo. Kiri bwe kityo lwa kuba byetaagibwa olw'ekiseera ekitono kye tuli mu nsi eno erabibwa n'amaaso.

N'olwekyo, kikulu okutegeera Ekigambo eky'amazima n'okumanya ku bikwatagana ne Ggulu, naye kikulu nnyo okuteekateeka okwagala. Gye tukoma okukomola emitima gyaffe era ne tuteekateeka okwagala gye tujja okukoma okugenda mu bifo eby'okubeeramu mu ggulu ebisingako.

Okwagala kwa Muwendo Emirembe n'emirembe

Jjukira ekiseera ky'okwagala kwo okwasooka. Nga bwe wali omusanyufu! Nga bwe tugamba nti omukwano gutuziba amaaso, Bwe tuba twagalira ddala omuntu, tulaba birungi byokka ku muntu oyo era buli kimu mu nsi kiba kirabika bulungi. Omusana gubeera ng'ogwaka okusinga ku gwa bulijjo, era nga n'akawoowo tusobola okukawulira mu bbanga. Waliwo okunoonyereza okulaga nti ebitundu by'obwongo ebifuga ebirowoozo ebikolokota n'okuwakanya bibeera tebikola nnyo mw'abo abali mu mukwano. Mu ngeri y'emu, bw'ojjula okwagala kwa Katonda mu mutima gwo, obeera musanyufu nnyo ne bw'obeera tolidde. Mu Ggulu, essanyu ery'ekika kino lijja kuba lya lubeerera.

Obulamu bwaffe ku nsi eno bulinga obulamu bw'omwana

omuto bw'obugeraageranya n'obulamu bwe tunaabeeramu mu Ggulu. Omwana eyakatandika obutandisi okwogera asobola okwogerayo ebigambo nga 'maama' ne 'taata.' Abeera tasobola kwogera bingi mu bujjuvu. Era, abaana tebasobola kutegeera ebintu ebizibu ebiri mu nsi y'abakulu. Abaana boogera, bategeera, era balowooleza mw'ebyo bye bategeera mu busobozi bwabwe ng'abaana. Tebategeera bulungi makulu ga sente, kale bwe babateerawo ekinusu n'ezolupapula, ddala bajja kulondawo kinusu. Kubanga bakimanyi nti ekinusu kisobola okugula ekintu kye baali baguzeeko nga swiiti, naye omuwendo gw'ensimbi ez'empapula tebagutegeera.

Kye kimu n'okutegeera kwaffe ku bye Ggulu bwe tubeera ku nsi kuno. Tumanyi nti eggulu kifo kirungi, naye kizibu okunyonnyola obulungi bwalyo. Mu bwakabaka obw'omu ggulu, teri kkomo, kale obulungi busobola okunyonnyolwa mu bujjuvu bwabwo. Bwe tunaatuuka mu ggulu, tujja na kusobola okutegeera ensi ey'omwoyo ey'ekyama era etaggwayo, n'amateeka buli kimu kwe kikolera. Kino ky'ogerwako mu 1 bakkolinzo 13:11, "Bwe nnali omuto, nnayogeranga omuto, nnategeeranga ng'omuto, nnalowoozanga ng'omuto, bwe nnakula, ne ndeka eby'obuto.'

Mu bwakabaka obw'omu ggulu, teri nzikiza, oba obulumi wadde okwerariikirira. Eriyo bulungi bwokka na kwagala. Kale, tusobola okulaga okwagala kwaffe era ne tuweerezegana nga bwe twagala. Mu ngeri eno, ensi eno gye tulaba n'amaaso ya njawulo ddala kw'eyo ey'omwoyo. Kituufu, ne ku nsi kuno, entegeera n'ebirowoozo by'abantu birimu enjawulo nnene okusinziira ku kigero ky'okukkiriza ekya buli muntu.

Mu 1 Yokaana essuula 2, buli mutendera gw'okukkiriza gw'efaanaanyiriza ku baana abawere, abato, abavubuka, n'abakadde. Abo abali ku mutendera gw'okukkiriza ogw'abaana abawera n'abato, baling baana mu mwoyo. Tebasobola kutegeera ebintu eby'omwoyo eby'ebuziba. Balina amaanyi matono okusobola okutambulira mu kigambo kya Katonda. Naye bwe bafuuka abavubuka n'abakadde, ebigambo byabwe, okulowooza, n'ebikolwa bikyuka. Babeera n'obusobozi obusingako okusobola okutambulira mu Kigambo kya Katonda, era basobola okuwangula olutalo lw'amaanyi g'ekizikiza. Naye ne bwe tuba tutuukirizza okukkiriza okw'abakadde ku nsi kuno, tusobola okugamba nti tukyali nga baana bwe tugeraageranya n'ekiseera we tunaabeerera mu bwakabaka obw'omu ggulu.

Tujja Kuwulira Okwagala Okutuukiridde

Okuba omwana kye kiseera eky'okwetegeka okusobola okubeera omuntu omukulu, mu ngeri y'emu, obulamu ku nsi eno kye kiseera eky'okwetegekera obulamu obutaggwaawo. Era, ng'obulamu buno bulinga ekisiikirize bw'obugeraageranya n'obwakabaka obw'omu ggulu obw'olubeerera, era buyitawo mangu ddala. Ekisiikirize si ye muntu yennyini. Kwe kugamba, nti si kye kintu kye nnyini. Kifaananyi bufaananyi ekifaanana omuntu yennyini.

Kabaka Dawudi yaddiza MUKAMA ekitiibwa mu maaso g'ekibiina kyonna, era n'agamba, "Kubanga ffe tuli bagenyi mu maaso go era abatambuze nga bajjajjaffe bonna bwe baali. Ennaku zaffe ez'oku nsi ziri ng'ekisiikirize, so tewali kubeerera" (1 Ebyomumirembe 29:15).

Bwe tutunuulira ekisiikirize kye kintu, tusobola okutegeera enkula y'ekintu. Ensi eno erabibwa eringa ekisiikirize etulagako akatono ku nsi ey'olubeerera. Ekisiikirize, nga bwe bulamu ku nsi kuno,bwe kivaawo, ekintu kye nnyini kijja kubikkulibwa. Essaawa eno, kye tumanyi ku nsi ey'omwoyo tekivaayo bulungi, nga tulinga abakirabira mu ndabirwamu. Naye bwe tunaagenda mu bwakabaka obw'omu ggulu, tujja kugitegeera bulungi ddala nga bwe tulaba ekintu maaso ku maaso.

1 Abakkolinso 13:12 wasoma nti, "Kubanga kaakano tulabira mu ndabirwamu ebitalabika bulungi, naye mu biro biri tulitunulagana n'amaaso. Kaakano ntegeerako kitundu, naye mu biro biri nditegeerera ddala era nga bwe nnategeererwa ddala.' Omutume Pawulo bwe yawandiika Essuula eno ey'okwagala, emyaka 2,000 gye gyakayitawo. Endabirwamu y'ebiseera ebyo teyalinga ey'ennaku zino. Yali tekolebwa mu giraasi. Baasekulanga ffeeza, n'ekikomo oba ekyuma ne bakiwawula n'ekisobola okusika ekifaananyi. Eyo y'ensonga lwaki endabirwamu yali teraga bulungi kintu kigikubiddwamu. Kituufu, eriyo abantu abalaba oba okuwulira obwakabaka obw'omu ggulu obulungi n'amaaso gaabwe ag'omwoyo nga gagguddwawo. Naye era, obulungi n'essanyu ery'omu ggulu tuliwulirako busamambiro.

Bwe tunaayingira mu bwakabaka bw'omu ggulu obw'olubeerera, tujja kulaba bulungi nnyo buli kantu k'omu ggulu mu bujjuvu era tubiwulire butereevu. Tujja kuyiga ku bunene, amaanyi, n'obulungi bwa Katonda ebissukuluma ku bigambo.

Okwagala kwe kusinga Obukulu, ku Kukkiriza, Essuubi n'Okwagala

Okukkiriza n'essuubi bikulu okukkiriza kwaffe okusobola okukula. Tusobola okulokolebwa era ne tugenda mu ggulu singa tuba n'okukkiriza. Tusobola okufuuka abaana ba Katonda singa tuba n'okukkiriza. Olw'okuba tusobola okufuna obulokozi, obulamu obutaggwaawo, n'obwakabaka obw'omu ggulu na kukkiriza kwokka, ddala okukkiriza kwa muwendo. Era eky'obugagga mu bugagga kwe kukkiriza; okukkiriza kye kisumuluzo eri okufuna eby'okuddamu eri okusaba kwaffe.

Ye ate essuubi? Essuubi n'alyo lya muwendo; tufuna ebifo eby'okubeera ebisingako obulungi mu ggulu olw'okuba n'okukkiriza. Kale, bwe tuba n'okukkiriza, kijja kyokka ffe okubeera n'essuubi. Ddala bwe tukkiririza mu Katonda ne Ggulu saako Ggeyena, tujja kubeera n'essuubi mu ggulu. Era, bwe tubeera n'essuubi, tugezaako okufuuka abalongoofu era ne tukola n'obwesigwa okuyingira obwakabaka bwa Katonda. Okukkiriza n'essuubi bya tteeka okusobola okutuuka mu bwakabaka obw'omu ggulu. Naye 1 Abakkolinso 13:12 wagamba nti okwagala kwe kusinga era watulaga lwaki?

Okusooka, Okukkiriza n'essuubi bye byetaagibwa mu bulamu bwaffe ku nsi kuno, so nga okwagala okw'omwoyo kwokka kwe kusigala mu bwakabaka obw'omu ggulu.

Mu Ggulu, tetwetaaga kukkiriza kintu kyonna nga tetukirabako oba okusuubira ekintu kyonna kubanga buli kimu kijja kubaawo mu maaso gaffe. Katugambe olina omuntu gw'oyagala ennyo, era n'otamulabako ssabbiiti nnamba, oba, okumala emyaka kkumi. Tujja kukwatibwako nnyo bwe tuddamu okusisinkana nate oluvannyuma lw'emyaka kkumi. Era bwe tuba tumusisinkanye, oyo gwe tubadde twagala okulabako okumala emyaka kkumi, ate tunaasigala tuyoya okumulaba ng'atuli awo?

Kye kimu n'obulamu bwaffe obw'ekikristaayo. Ddala bwe tuba n'okukkiriza n'okwagala Katonda, tujja kubeera n'essuubi erikula ekiseera bwe kinaagenda kiyitawo n'okukkiriza kwaffe bwe kunaagenda kukula. Tujja kusubwa nnyo Mukama ennaku bwe zinaagenda ziyitawo. Abo abalina essuubi mu Ggulu mu ngeri eno tebajja kugamba nti bizibu nga wadde bajja kubeera bayita mu kkubo efunda ku nsi kuno, era tebajja kutwalirizibwa bikemo. Era bwe tunaatuuka gye tulina okulaga, mu bwakabaka obw'omu ggulu, tujja kuba tetukyetaaga kukkiriza n'essuubi. Wabula okwagala kwo kujja kusigalawo mu Ggulu olubeerera, era eyo yensonga lwaki Bayibuli egamba nti okwagala kwe kusinga obukulu.

Eky'okubiri, tusobola okufuna Eggulu n'okukkiriza, naye awatali kwagala, tetusobola kutuuka mu kifo eky'okubeeramu ekisingayo obulungi, ekya Yerusaalemi Empya.

Tusobola okunyaga olw'empaka obw'akabaka obw'omu ggulu gye tukoma okubeera n'okukkiriza wamu n'essuubi. Buli lwe tutambulira mu Kigambo kya Katonda, ne tweggyako ebibi, era ne tuteekateeka omutima omulungi, tuba tujja kuweebwa okukkiriza okw'omwoyo, era okusinziira ku kigero ky'okukkiriza okw'omwoyo kye tulina, kye kifo eky'okubeeramu mu Ggulu ekijja okutuweebwa: Eriyo Olusuku lwa Katonda, Obwakabaka bw'omu Ggulu obusooka, Obwakabaka bw'omu ggulu obw'okubiri, Obwakabaka bw'omu Ggulu obw'okusatu, ne Yerusaalemi Empya.

Olusuku lwa Katonda kye kifo ky'abo abalina okukkiriza okubayamba okulokolebwa ku lugwanyu kubanga bakkiriza Yesu Kristo. Kitegeeza tebaakola kintu kyonna ku lw'obwakabaka bwa Katonda. Obwakaba Obusooka obw'omu Ggulu kye kifo ky'abo abaagezaako okutambulira mu Kigambo kya Katonda oluvannyuma lw'okukkiriza Yesu Kristo. Kirungi nnyo ddala okusinga ku Olusuku lwa Katonda. Obwakabaka obw'okubiri obw'omu Ggulu, kye kifo ky'abo abatambulidde mu Kigambo kya

Katonda n'okwagala kwabwe eri Katonda era nga babadde beesigwa eri obwakaba bwa Katonda. Obwakabaka Obw'okusatu obw'omu Ggulu kye kifo ky'abo abagala Katonda ku ddaala erisemberayo ddala era nga beggyeko buli kika kya bubi era nga batukuziddwa. Yerusaalemi Ekiggya kifo ky'abo abalina okukkiriza okusanyusa Katonda era nga babadde beesigwa mu byonna mu nnyumba ya Katonda.

Yerusaalemi Empya kye kifo eky'okubeeramu mu Ggulu ekiweebwa abo abaana ba Katonda abateeseteese okwagala okutuukiridde n'okukkiriza, era kiwundiddwa n'okwagala. Amazima gali nti, teri n'omu okujjako Yesu Kristo, Omwana wa Katonda yekka yalina ebisaanyizo ebimuyingiza Yerusaalemi Empya. Naye ffe ebitonde tusobola okubeera n'ebisaanyizo okuyingira yo singa tukakasibwa olw'omusaayi gwa Yesu Kristo ogw'omuwendo era nga tulina okukkiriza okutuukiridde.

Ffe okusobola okufaanana Mukama era tutuuke mu Yerusaalemi Empya, Tulina okugoberera ekkubo Mukama lye yakwata. Ekkubo eryo kwe kwagala. Okujjako nga tulina okwagala kuno lwe tusobola okubala ebibala omwenda eby'Omwoyo Omutukuvu n'okufuna ebisaanyizo ebyo ebitugwanidde okufuuka abaana abatuufu abalina embala ya Mukama. Bwe tufuna ebisaanyizo ng'abaana ba Katonda abatuufu, tujja kufuna ekintu kyonna kye tusaba ku nsi kuno, era tujja kubeera n'omukisa ogw'okutambula ne Mukama olubeerera mu Ggulu. N'olwekyo, tusobola okugenda mu Ggulu bwe tuba n'okukkiriza, era tusobola n'okweggyako ebibi bwe tuba n'essuubi. Olw'ensonga eno okukkiriza n'essuubi ddala byetaagisa, naye nga okwagala kwe kusinga kubanga okuyingira Yerusaalemi Empya tulina okubeera n'okwagala.

"Temubeeranga na bbanja lyonna eri omuntu yenna, wabula okwagalananga, kubanga ayagala muntu munne, ng'atuukirizza amateeka. Kubanga kino nti, 'Toyendanga tottanga, tobbanga, teweegombanga, n'etteela eddala lyonna, ligattiddwa mu kino, nti, 'Yagalanga muntu munno nga bwe weeyagala wekka. Okwagala tekukola bubi muntu munne, okwagala kyekuva kutuukiriza amateeka.'

Abaruumi 13:8-10

Ekitundu 3

Okwagala kwe Kutuukiriza Amateeka

Essuula 1 : Okwagala kwa Katonda

Essuula 2 : Okwagala kwa Kristo

Okwagala kwa Katonda

"Nate twategeera era twakkiriza okwagala Katonda kw'alina gye tuli. Katonda kwagala, n'oyo abeera mu kwagala abeera mu Katonda, ne Katonda abeera mu ye.'

1 Yokaana 4:16

Bwe yali akola n'Abayindi aba Quechua, Elliot n'atandika okutegeka okusisinkana abayindi ab'eggwanga lya Huaorani nga bano bamanyiddwa nti si bangu. Ye n'abaminsane abalala bana, Ed McCully, Roger Youderian, Peter Fleming ne yali abakulira Nate Saint, ne boogera eri abayindi ba Hauorani nga bali mu nnyonyi waggulu mu bbanga kukizindaalo ng'eno bwe babaweereza ebisero bye birabo. Oluvannyuma lw'emyezi egiwera, abasajja bano ne basalawo okuteekawo enkambi okumpi n'eggwanga ly'abayindi bano, kumpi n'omugga gwa Curaray. Eyo obubinja bw'abayindi aba Huaorani baabatuukiriranga enfunda eziwera, era lumu ne batambulira ne mu nnyonyi okugenda eri omu ku Huaorani eyali ow'omutawaana ennyo ayitibwa "George" (ng'erinnya lye nnyini ye yali Naenkiwi). Olw'okuddizibwamu amaanyi bano abayindi abajjanga, ne batandika okutegeka okukyalira aba Huaorani, naye enteekateeka zaabwe zaagwa butaka, bwe baalumbibwa ogubinja ogunene ogw'aba Huaorani, abatta Elliot ne banne abana mu mwezi ogusooka nga 8, omwaka 1956. Omulabo gwa Elliot ogwali gutemeddwatemeddwa gwasangibwa mu mugga, wamu n'ogwabasajja abalala, okujjako ogwa Ed McCully.

Elliot ne banne amangu ago baamanyibwa ensi yonna ng'abajjulizi, era akatabo akayitibwa Life Magazine kaafulumya emiko ku mirimu gyabwe n'okufa kwabwe. Baasiimibwa olw'okutandika obuminsane ku Bukristaayo mu bavubuka ebiseera ebyo, era bakyatwalibwa ng'abazza amaanyi mu baminsane abatambuza Obukristaayo eri ensi yonna. Oluvannyuma lw'okufa kwa bba, Elisabeth Elliot n'aba minsane abalala baatandika okukolera mu bayindi ab'ekika kya Auca, era ng'eno baakolayo omulimu munene ne bakyusa n'abantu bangi. Emyoyo mingi gyawangulibwa okwagala kwa Katonda.

> *"Temubeeranga na bbanja lyonna eri omuntu yenna, wabula okwagalananga, kubanga ayagala muntu munne, ng'atuukirizza amateeka. Kubanga kino nti, 'Toyendanga tottanga, tobbanga, teweegombanga, n'etteela eddala lyonna, ligattiddwa mu kino, nti,' Yagalanga muntu munno nga bwe weeyagala wekka. Okwagala tekukola bubi muntu munne, okwagala kyekuva kutuukiriza amateeka.' (Abaruumi 13:8-10).*

Omutendera gw'okwagala ogukyasinzeeyo mu kwagala kwonna gwe gw'okwagala kwa Katonda gye tuli. Okutonda ebintu byonna, n'abantu kwava mu kwagala kwa Katonda.

Katonda Yatonda Ebintu Byonna n'Abantu okuva mu kwagala Kwe

Olubereberye Katonda Yennyini yali amaamidde ku nsi ennene ennyo. Ensi eno yanjawulo kw'eyo gye tumanyi leero. Lye bbanga eritaliiko weritandikira oba werikoma wadde okubaako ekkomo lyonna. Ebintu byonna nga bikolebwa okusinziira ku kwagala kwa Katonda n'ekyo kyawulira mu mutima Gwe. Olwo, Katonda bw'aba asobola okukola oba n'okuba n'ekintu kyonna kyayagala, lwaki yatonda abantu?

Yali ayagala abaana abatuufu abo basobola okugabana n'abo obulungi bw'ensi Ye gye yali yeeyagaliramu. Yali ayagala okugabana ebbanga lino eyo buli kimu gye kikolebwa ng'omuntu bw'akyagadde. Kye kimu n'ebirowoozo by'abantu; ddala twandyagadde okugabana ebintu ebirungi n'abo betwagala. Era n'okwagala kuno, Katonda n'ateekateeka okuteekateeka abantu okusobola okufuna abaana abatuufu. Ng'eddaala erisooka, Yayawulamu ensi eyali emu, ne wabaawo ensi gye tulaba ne ensi ey'omwoyo, era n'atonda eggye ery'omu ggulu ne bamalayika, n'ebitonde ebirala eby'omwoyo, n'ebintu ebirala byonna ebyetaagisa mu nsi ey'omwoyo. Yakola ebbanga Ye wayinza okubeera wamu n'obwakabaka obw'omu ggulu abaana Be abatuufu gye bajja okubeera, n'ebbanga awajja okuteekerwateekerwa abantu. Nga wayiseewo ebbanga eritasobola kupimibwa, N'atonda ensi eno mu bbanga erirabibwa nga mulimu enjuba, omwezi, n'emmunyeenye, saako n'obutonde bwonna obulimu, ebyo byonna omuntu bye yali yeetaaga okusobola okuba omulamu.

Waliwo ebitonde eby'omwoyo bingi ebyetooloodde Katonda gamba nga bamalayika, naye bigonda mu buwaze, biringa bw'olaba ebyuma ebikola emirimu. Si bantu Katonda bayinza okugabana n'abo okwagala Kwe. Era olw'ensonga eno Katonda yatonda abantu mu kifaananyi Kye okufuna abaana abatuufu baasobola okugabana n'abo okwagala Kwe. Singa wali osobola okuba n'ebyuma ebikola emirimu nga birabika bulungi mu maaso era nga bikola ekyo kye nnyini ky'oyagala, bisobola okukusingira abaana bo? Wadde abaana bo bayinza okuba nga batera obutakuwulira, bajja kuba basanyusa okusinga ebyuma ebyo kubanga bawulira okwagala kw'olina gye bali era n'abo ne bakulaga okwagala. Kye kimu ne Katonda. Yali ayagala abaana abatuufu baasobola okwogera n'abo kyawulira. Era n'okwagala kuno, Katonda n'atonda omuntu eyasooka, era nga ye yali Adamu.

Nga Katonda amaze okutonda Adamu, Yatonda olusuku mu kifo ekiyitibwa Edeni erudda lw'ebuva njuba, era n'amutwala n'amuteekamu. Olusuku Adeni lwaweebwa Adamu olw'okwagala kwe yali amwagalamu. Kye kifo ekyekyama ng'eyo ebimuli n'emiti bikula bulungi nnyo n'ensolo ezirabika obulungi zitambulatambula. Wajjudde ebibala kyenkana buli wamu. Empewo yaayo mpeweevu nnyo n'omuddo gwayo gugonda bulungi ddala. Amazzi gaayo gamasamasa ng'amayinja ag'omuwendo agakubiddwamu ekitangaala. Omuntu ne bw'aba alowoozezza nnyo, tasobola kugyayo kifaananyi kye nnyini eky'obulungi bw'ekifo ekyo.

Katonda n'awa Adamu n'omuyambi ng'erinnya lye ye Kaawa. Si lwakuba nti Adamu yali awuubadde. Wabula Katonda yategeererawo omutima gwa Adamu kubanga Naye yali abadde bw'omu okumala ebbanga eddene. Mu mbeera y'okubeeramu esingayo obulungi eyabaweebwa Katonda, Adamu ne Kaawa baatambula ne Katonda, okumala ebbanga ddene, Ebbanga lyali ddene, nga beeyagalira mu buyinza nga Mukama w'ebitonde byonna.

Katonda Ateekateeka Abantu Okubafuula Abaana Be Abatuufu

Naye Adamu ne Kaawa baali balina kye babulamu okusobola okufuuka abaana ba Katonda abatuufu. Wadde Katonda y'abawa okwagala Kwe mu bujjuvu bwakwo, baali tebasobola kuwulirira ddala okwagala kwa Katonda. Beeyagalira mu buli kimu ekyabaweebwa Katonda, naye tewaali kintu kyonna kye baali babikoleredde n'amaanyi gaabwe. N'olwekyo, baali tebategeera omuwendo oguli mu kwagala kwa Katonda, era baali tebasiima ekyo ekyali kibaweereddwa Katonda. Era, tebaayitanga mu kufa oba ennaku, kale baali tebamanyi muwendo gw'okuba omulamu.

Baali tebamanyi bukyayi, kale baali tebategeera omuwendo gw'okwagala okutuufu. Wadde baali baakiwulirako era ne bakimanya bumanya, baali tebasobola kuwulira okwagala okutuufu mu mitima gyabwe kubanga baali tebakiyitangamu bo bennyini.

Wano we wali ensonga lwaki Adamu ne Kaawa baalya ku muti ogw'okumanya obulungi n'obubi. Katonda yabagamba, "... kubanga olunaku lw'oligulyako tolirema kufa," naye baali tebamanyi amakulu gennyini ag'ekigambo kufa (Olubereberye 2:17). Katonda teyamanya nti baali bagenda kulya ku muti ogw'okumanya obululungi n'obubi? Yamanya. Yali akimanyi, naye era y'awa Adamu ne Kaawa eddembe okwesalirawo okugondera ekigambo Kye oba okukijeemera. Wano we wali ekigendererwa ky'okuteekateeka abantu.

Okuyita mu kuteekateeka abantu, Katonda yali ayagala abantu bonna okuyitako mu maziga, mu nnaku, mu bulumi, okufa n'ebirala, babeera nga bwe balituuka mu Ggulu, basobola okutegeera omuwendo n'obulungi bw'ebintu eby'omu ggulu, era nga basobola okweyagalira mu ssanyu erya ddala. Katonda yali ayagala okugabana okwagala Kwe n'abo olubeerera mu Ggulu, ng'eno, tewasobola kugeraageranyizibwa na kintu kirala kyonna, kubanga walungi nnyo n'okusinga Olusuku Adeni.

Nga Adamu ne Kaawa bamaze okujeemera Ekigambo kya Katonda, baali tebakyasobola kubeera mu Lusuku Adeni. Era olw'okuba Adamu yali afiiriddwa obuyinza bwe nga mukama w'ebitonde byonna, ensolo zonna n'ebimera n'abyo byakolimirwa. Ensi eyalina ebintu mu bungi era nga birungi, kati yali ekolimiddwa. Kati yali ezaala maggwa na matovu, era abantu baali tebakyasobola kugifunako kintu nga tebayise mu kufuba ne mu ntuuyo ze bibatu byabwe.

Wadde Adamu ne Kaawa baajeemera Katonda, Yagenda mu maaso n'abakolera eby'okwambala okuva mu maliba ne basobola okubikka ku nsonyi zaabwe, kubanga baali bagenda kubeera mu nsi yanjawulo ddala ku gye baalimu (Olubereberye 3:21). Omutima gwa Katonda guteekwa okuba gwali gubumbujja nga ogw'omuzadde agobye abaana be okumala akaseera nga bw'abategekera ebiseera eby'omu maaso. Wadde okwagala kwa Katonda kuno kwaliwo, okuteekateeka abantu bwe kwatandika, tewaayita bbanga abantu ne bajjula ekibi, era mu mangu ddala ne beesamba Katonda.

Abaruumi 1:21-23 wagamba, "Kubanga, bwe baamanya Katonda, ne batamugulumizanga nga Katonda newakubadde okumwebazanga, naye ne bagobereranga ebitaliimu mu mpaka zaabwe, omutima gwabwe omusirusiru ne guzikirizibwa. Bwe beeyita ab'amagezi, so nga baasiruwala, ne bawaanyisa ekitiibwa kya Katonda ataggwaawo okufaanana ekifaananyi ky'omuntu aggwaawo, n'eky'ebibuuka n'eky'ebirina amagulu ana n'eky'ebyewalula.'

N'omuntu ow'ekika kino ajjudde obubi, Katonda yalaga ekigendererwa Kye n'okwagala okuyita mu baana ba Isiraeri abalonde. Ku ludda olumu, bwe baatambulira mu Kigambo kya Katonda, Yalaga obubonero obwewuunyisa era n'abawa emikisa egy'amaanyi. Ku ludda olulala, bwe baavanga ku Katonda ne basinza ebifaananyi n'okwonoona, Katonda yasindikanga bannabbi okubabuulira okwagala Kwe.

Omu ku bannabbi ab'ekika ekyo yali Koseya, eyakola ennyo mu mulembe ogw'enzikiza nga Isiraeri eyawuddwamu mu Isiraeri ey'omu mambuka ne Yuda ey'omu maserengeta.

Olunaku lumu Katonda yawa Koseya ekiragiro ekyenjawulo ng'agamba nti, "Genda owase omukazi ow'obwenzi n'abaana abo ab'obwenzi" (Koseya 1:2). Kyali tekisangika nnabbi wa katonda okuwasa omukazi ow'obwenzi. Wadde yali tategedde mu bujjuvu kigendererwa kya Katonda, Koseya yagondera ekigambo Kye era n'awasa omukazi ayitibwa Gomeri nga mukyala we.

Ne bazaala abaana basatu, naye Gomeri n'agenda ew'omusajja omulala olw'obwenzi bwe. Wabula wadde gwali bwe gutyo, Katonda n'alagira Koseya okwagala mukyala we (Koseya 3:1). Koseya n'amunoonya era n'amwegulira nnamuwasa n'ebitundu ebya feeza kkumi n'ebitaano ne komeri eya sayiri ko n'ekitundu eky'ekomeri eya sayiri.

Okwagala Koseya kwe yawa Gomeri kaali akabonero okulaga okwagala kwa Katonda kwatuwadde. Era Gomeri, omukazi ow'omu bwenzi kabonero akalaga abantu bonna abaddugaziddwa ekibi. Nga Koseya bwe yawasa omukazi ow'omu bwenzi, Katonda yasooka kwagala abo abaddugaziddwa ebibi mu nsi muno.

Yalaga okwagala Kwe okutaggwaayo, ng'asuubira nti buli omu ajja kukyuka okuva mu kkubo ery'okuzikirira era afuuke omwana We. Wadde baakwana ensi era ne beesamba Katonda okumala ekiseera, Yali tasobola kugamba nti "Mwandeka sisobola kubakomyawo nate.' Ayagala buli omu akomewo Gyali kino akikola n'omutima ogw'amazima okusinga ku bazadde abalindirira abaana baabwe abadduka awaka okukomawo.

Katonda yategeka Yesu Kristo nga n'ebiro Tebinnabaawo

Olugero lw'omwana eyazaawa mu Lukka 15 lulagira ddala omutima gwa Katonda Kitaffe. Omwana ow'okubiri eyalya eby'obugagga bye byonna yali talina mutima gusiima kitaawe wadde ogutegeera omuwendo gw'obulamu bwe yali abeeramu. Olunaku lumu yasaba ensimbi z'eby'obusika bwe ng'ekiseera tekinnaba. Yali omwana omwonoonefu asaba kitaawe eby'obusika bwe nga kitaawe akyali mulamu.

Taata yali talina bwagaana mutabani we, kubanga mutabani we yali tategeera mutima gw'abazadde wadde nakatono, era ekyavaamu mutabani we n'amuwa ensimbi z'obusiika bwe. Mutabani we yasanyuka nnyo era n'agenda ku lugendo lwe. Awo obulumi bwa taata we bwatandikira. Yali mwerariiki nnyo ng'alowooza, "Watya omwana wange n'afunira eyo ebizibu? Watya n'agwa ku bantu ababi?" Taata yali takyebaka kimala nga yeerariikirira lwa mutabani we, nga bwatunuulira ekkubo okulaba oba mutabani we luliba olwo n'adda.

Tewaayita bbanga ddene, omutabani ensimbi ne zimuggwako, era abantu ne batandika okumubonyaabonya. Embeera yamwonoonekera nnyo n'abeera nga yeegomba n'ebimere by'embizzi bye zaali zirya, kubanga tewali n'omu yali amuwa ku kamere. Kati n'ajjukira ennyumba ya kitaawe. Era n'addayo eka, naye yali muswavu nnyo nga tasobola n'akutunula kitaawe mu maaso. Naye kitaawe yadduka gyali n'amunywegera. Era kitaawe teyamunenya wadde n'akatono wabula yali musanyufu nnyo era n'amuwa n'engoye ezisingayo obulungi akyuse era n'amuttira n'ennyana n'amukolera n'akabaga. Kuno kwe kwagala kwa Katonda.

Okwagala kwa Katonda tekuweebwa bantu banjawulo bokka mu mbeera ez'enjawulo. 1 Timoseewo 2:4 wagamba, "[Katonda] ayagala abantu bonna okulokoka, era okutuuka mu kutegeerera ddala amazima.' Akuuma wankaaki y'obulokozi nga nzigule ekiseera kyonna, era buli lwe wabaawo omwoyo ogukomyewo eri Katonda, Amwaniriza n'essanyu n'okujaguza.

N'okwagala kuno okwa Katonda oyo atatulekerera okutuuka ku nkomerero, ekkubo lyaggulibwa eri buli muntu yenna okufuna obulokozi. Kiri bwe kityo kubanga Katonda yategeka Omwana we Omu Yekka Yesu Kristo. Nga bwe kyawandiikibwa mu Abaebbulaniya 9:22, "Era mu mateeka kubulako katono ebintu byonna okunaazibwa omusaayi, era awataba kuyiwa musaayi tewabaawo kusonyiyibwa," Yesu yasasula omutango gw'ebibi ab'onoonyi gwe baalina okusasula, n'omusaayi Gwe ogw'omuwendo omungi, n'obulamu Bwe.

1 Yokaana 4:9 w'ogeera ku kwagala kwa Katonda nga bwe kyawandiikibwa nti, "Ku kino okwagala kwa Katonda kwe kwalabisibwa gye tuli, kubanga Katonda yatuma mu nsi Omwana we eyazaalibwa omu, tulyoke tube abalamu ku bw'oyo.' Katonda yaganya Yesu okuyiwa omusaayi Gwe ogw'omuwendo omungi okusobola okununula abantu mu bibi byabwe byonna. Yesu yakomererwa, naye n'awangula okufa era n'azuukira ku lunaku olw'okusatu, kubanga teyalina kibi. Okuyita mu kino, ekkubo ery'obulokozi lyaggulwawo. Okutuwa omwana We omu yekka si kyangu nga bwe kiwulikika. Waliwo enjogera mu Korea egamba nti, "Abazadde tebawulira bulimu bwonna, abaana baabwe ne bwe babatuza mu maaso gaabwe.' Abazadde abasinga bawulira ng'obulamu bw'abaana baabwe bwa mugaso okusinga obwabwe.

N'olwekyo, Katonda okuwaayo omwana We omu yekka Yesu kiraga okwagala okusingirayo ddala. Era, Katonda yategeka obwakabaka obw'omu ggulu ku lw'abo baafuna nate okuyita mu musaayi gwa Yesu Kristo. Kwagala nga Kunene okwo! Kyokka ng'okwagala kwa Katonda tekukoma wano.

Katonda yatuwa Omwoyo Omutukuvu okutukulembera eri Eggulu

Katonda agaba Omwoyo Omutukuvu ng'ekirabo eri abo abakkiriza Yesu Kristo era ne basonyiyibwa ebibi. Omwoyo Omutukuvu gwe mutima gwa Katonda. Okuva Mukama lwe yalinnya mu Ggulu, Katonda yasindika Omuyambi mu mutima gwaffe, nga Ye Omwoyo Omutukuvu.

Abaruumi 8:26-27 wasoma nti, "Era bwe kityo Omwoyo atubeera obunafu bwaffe, kubanga tetumanyi kusaba nga bwe kitugwanira, naye Omwoyo yennyini atuwolereza n'okusinda okutayogerekeka, naye akebera emitima amanyi okulowooza kw'Omwoyo bwe kuli, kubanga awolereza abatukuvu nga Katonda bw'ayagala.'

Bwe tw'onoona, Omwoyo Omutukuvu atulung'amya eri okwenenya okuyita mu kusinda okw'ebuziba mu kifo ky'ebigambo. Eri abo abalina okukkiriza okunafu, Abawa okukkiriza; eri abo abatalina ssuubi, Abawa essuubi. Nga ba maama bwe babudaabuda n'okulabirira n'obwegendereza abaana baabwe, Atuwa eddoboozi Lye, tusobole obutakosebwa oba ebizibu okutugira mu ngeri yonna. Mu ngeri eno atuganya okutegeera omutima gwa Katonda oyo atwagala, era n'atulung'amya eri obwakabaka obw'omu ggulu.

Bwe tutegeera okwagala kuno mu ngeri ey'ebuziba, Tuba tetusobola ku kyebeera wabula naffe okwagala Katonda. Bwe tuba nga twagala Katonda n'omutima gwaffe, Atuddiza okwagala okungi era okwewuunyisa okujja okutuyitirirako. Atuwa obulamu, era ajja kutuwa omukisa nga buli kimu kitutambulira bulungi. Kino akikola kubanga ge mateeka g'ensi ey'omwoyo, naye ekisinga obukulu, Lwakuba ayagala tuwulire okwagala Kwe okuyita mu mikisa gye tufuna okuva Gyali. "Njagala abo abanjagala; N'abo abanyiikira okunnoonya balindaba" (Engero 8:17).

Wawulira otya nga wakasisinkana Katonda era n'owonyezebwa oba n'ofuna okuddibwamu eri ebizibu ebyenjawulo? Oteekwa okuba nga wawulira muli nti Katonda ayagala n'ab'onoonyi nga gwe. Nzikkiriza nti wayatula okuva mu mutima gwo, "okwagala kwa Katonda nga bwe kutayogerekeka.' Era, nzikkiriza nti okwagala kwa Katonda kwakuyitirirako olw'okuba akuwadde eggulu ery'olubeerera eyo ewatali kwerariikirira wadde ennaku, teri ndwadde, teri kwawukana, wadde okufa.

Si ffe twasooka okwagala Katonda. Katonda Ye yajja gye tuli n'agolola omukono Gwe tugende gyali. Teyatwagala kubanga tusaanidde okwagalibwa. Katonda yatwagala nnyo nti yawaayo Omwana we omu yekka ku lwaffe ab'onoonyi era nga twali baakufa. Yayagala abantu bonna, era Atulowoozaako ffena n'okwagala okusinga okwagala kwa maama yenna so nga naye tasobola kwerabira kuyonsa na kulabirira mwana we (Isaaya 49:15). Atulindirira nga gyoli emyaka lukumi giringa olunaku lumu.

Okwagala kwa Katonda kw'amazima okutakyukakyuka ne bwe wayitawo ekiseera. Bwe tunaagenda mu ggulu edda, tujja kwasamirira bwe tunaalaba engule ennungi, engoye ennungi ennyo ezimasamasa, n'enyumba ez'omu ggulu ezizimbiddwa ne zaabu saako amayinja ag'omuwendo, Katonda zaaliba atutegekedde. Atuwa empeera n'ebirabo ne mu biseera byaffe eby'oku nsi kuno, era alindirira olunaku lwanaabeera naffe mu kitiibwa Kye eky'olubeerera. Katuwulire okwagala Kwe okungi.

Okwagala kwa Kristo

"...era mutambulirenga mu kwagala, era nga Kristo bwe yabaagala mmwe, ne yeewaayo ku lwaffe okubeera ekirabo era ssaddaaka eri Katonda okubeera evvumbe eriwunya obulungi.'
Abaefeeso 5:2

Okwagala kulina amaanyi agasingayo, okufuula ekitasoboka ekisoboka. Naddala, okwagala kwa Katonda n'okwagala kwa Mukama ddala kwewuunyisa. Kusobola okufuula abantu abatasobola kukola kintu kyonna bulungi ne bafuuka abantu abakozi, abasobola okukola ekintu kyonna. Abasajja abavubi abaali tebasomangako, abawooza – abaali balabibwa ng'abonoonyi mu kiseera ekyo – abaavu, bannamwandu, n'abantu b'ensi abaaleekebwaawo, bwe baasisinkana Mukama, obulamu bwabwe bwakyukira ddala. Obwavu bwabwe n'endwadde byaggwaawo, era ne bawulira okwagala okutuufu kwe baali tebawulirangako. Baali beetwala nti tebalina mugaso, naye baazaalibwa nate ng'ebikozesebwa bya Katonda eby'ekitiibwa. Gano ge maanyi g'okwagala.

Yesu yajja ku nsi kuno Neyeerekereza Ebitiibwa by' Eggulu Byonna

Olubereberye Katonda yali Kigambo era Ekigambo n'ekikka ku nsi kuno mu mubiri gw'omuntu. Ono ye Yesu, omwana wa Katonda Omu Yekka. Yesu yakka ku nsi kuno okulokola abantu abaali basibiddwa –ekibi era nga baali bagenda eri ekkubo ery'okuzikirira. Erinnya 'Yesu' litegeeza 'Ye ye alirokola abantu Be mu bibi byabwe' (Matayo 1:21).

Abantu bano bonna abaali bajjudde ekibi baali tebalina njawulo na nsolo (Omubuulizi 3:18). Yesu yazaalibwa mu kigango kya nsolo okusobola okulokola abantu abaalekayo ekyo kye baali balina okukola era nga baalinga ensolo. Yazazikibwa omwo ensolo mwezaaliranga okusobola okufuuka emmere ennamu ey'abantu ng'abo (Yokaana 6:51). Kyali kyakuganya abantu okukomyawo ekifaananyi kya Katonda ekyabula n'okubasobozesa okukola obuvunaanyizibwa bwabwe mu bujjuvu.

Era, mu Matayo 8:20 wagamba, "Ebibe birina obunnya, n'ennyonyi ez'omu bbanga zirina ebisu, naye Omwana w'omuntu talina w'assa mutwe gwe.' Nga bwe kyayogerebwa, Yali talina kifo wasuula, era ekiro yakimalanga mu nsiko nga bwagumira empewo n'enkuba. Yasulanga enjala era yabeeranga muyala emirundi mingi. Tekyali nti yali tasobola. Kyali bwe kityo asobole okutununula mu bwavu. 2 Abakkolinso 8:9 wagamba, "Kubanga mutegeera ekisa kya Makama waffe Yesu Kristo, nti bwe yali omugagga, naye n'afuuka omwavu ku lwammwe, obwavu bwe bulyoke bubagaggawaze mmwe.'

Yesu yatandika obuweereza bwe eri abantu ng'atandika n'akabonero ak'okufuula amazzi omwenge bwe yali ku mbaga e Kaana. Yabuulira obwakabaka bwa Katonda era n'akola obubonero bungi n'ebyewuunyo mu bitundu bye Yuda ne Galiraaya. Abagenge bangi baawonyezebwa, abalema ne batambula n'okubuuka, n'abo abaliiko zi dayimooni baateebwa okuva mu maanyi g'ekizikiza. N'omuntu eyali afudde okumala ennaku nnya era ng'awunya bubi yavaayo mu ntaana nga mulamu (Yokaana 11).

Yesu yalaga ebintu ebyewuunyisa ng'ebyo mu buweereza Bwe ku nsi kuno okuganya abantu okutegeera okwagala kwa Katonda. Era, olw'okuba yali omu ne Katonda mu nsibuko era nga yali Kigambo kye nnyini, Yakuuma amateeka mu bujjuvu okututeerawo eky'okulabirako ekituukiridde. Era, Olw'okuba Yakuuma Amateeka gonna, Teyanenya abo abaali bamenya amateeka era nga baali baakuttibwa. Yasomesanga bantu mazima waakiri omwoyo omulala gumu gusobole okwenenya n'okufuna obulokozi.

Singa Yesu buli omu yali amupima n'obwegendereza okusinziira ku mateeka, tewali n'omu yandisobodde kufuna bulokozi. Amateeka bye biragiro bya Katonda agatugamba okukolanga, obutakolanga, okusuula eri, okukuumanga n'okwekuumanga ebintu ebimu. Eky'okulabirako, waliwo ebiragiro nga, 'kuumanga olunaku olwa Ssabbiiti; teweegombanga bintu bya muliraanwa wo; ossangamu abazadde bo ekitiibwa; n'okusuula eri buli kika kya bubi.' Naye ng'ekigendererwa ky'amateeka ekisingayo kwe kwagala. Bw'okuuma amateeka gonna n'ebiragiro, osobola okutambulira mu kwagala, waakiri ebweru.

Naye Katonda kyatwagaza si kukuuma bukuumi Mateeka n'ebikolwa byaffe. Ayagala tutambulire mu Mateeka n'okwagala okuva mu mutima gwaffe. Yesu yamanya bulungi nnyo omutima gwa Katonda guno era n'atuukiriza Amateeka n'okwagala. Eky'okulabirako ekisingayo kye ky'omukazi eyakwatibwa lubona mu bwenzi (Yokaana 8). Olunaku lumu, abawandiisi n'abafalisaayo baaleeta omukazi eyali akwatiddwa lubona mu bwenzi, ne bamuteeka wakati mu bantu era ne babuuza Yesu: "Naye mu mateeka ga Musa yatulagira okubakubanga amayinja abakola bwe batyo. Kale ggwe oyogera otya ku ye?" (Yokaana 8:5)

Kino baakyogera basobole okufuna we bakwatira Yesu omusango. Olowooza omukazi yali alowooza ki essaawa eno? Ateekwa okuba yali muswavu nnyo nti ekibi kye kyabikkulwa mu lwatu mu maaso ga buli muntu, era ateekwa okuba nga yali akankana olw'okutya kubanga baali banaatera okumuttisa amayinja. Singa Yesu yagamba, "Mumukube amayinja," obulamu bw'omukazi awo we bwandikomye olw'okumuka amayinja amangi.

Wabula Yesu teyabalagira kumubonereza okusinziira ku Mateeka. Wabula, Yatunula wansi era n'atandika okubaako kyawandiika n'olugalo Lwe. Gaali amannya g'ebibi abantu baayo bye baateranga okukola. Ng'amaze okuwandiika wansi ebibi byabwe, N'ayimuka n'ababuuza, "Mu mmwe atayonoonangako, asooke okumukuba ejjinja" (olu.7). Awo, N'addamu okukutamya omutwe gwe wansi era n'abaako kyawandiika.

Ku mulundi guno, Yali awandiika ebibi bya buli muntu ssekinnoomu, nag gyoli yali abalabye, ddi lwe baabikola, lwe baabikola, n'engeri gye baabikolamu. Abo abaali basobola okwawula ekibi ku kirungi baavaawo emu ku omu. Era ekyavaamu, waali wasigaddewo Yesu na mukazi bokka. Ennyiriri eziddako 10 ne 11 wagamba, "Yesu ne yeegolola, n'amugamba nti, 'Omukyala, bazze wa? Tewali asaze kukusinga?' Naye n'agamba nti, 'Mpaawo muntu, Mukama wange.' Yesu nagamba nti, 'Nange sisala kukusinga, genda, okusooka leero toyonoonanga lwa kubiri.'"

Omukazi ono teyakimanya nti ekibonerezo ky'obwenzi kuttibwa n'amayinja? Yali akimanyi. Yali amanyi amateeka naye yayonoona kubanga yali tasobola kuwangula kwakkirira kwe. Yali alindirira kuttibwa olw'ekibi kye ekyali kitegereddwa, era bwe yafuna okusonyiyibwa okuva eri Yesu kwe yali tasuubira, ng'ateeka okuba yakwatibwako nnyo! Buli lwe yajjukiranga okwagala kwa Yesu, yali tasobola kuddamu kw'onoona.

Engeri Yesu gye yasonyiwa omukazi eyali amenye Amateeka, Amateeka tegakyakola kasita omuntu abeera nga ayagala Katonda ne baliraanwa be? Si bwe kiri. Yesu yagamba, "Temulowoozanga nti najja okudibya amateeka oba ebya bannabbi, sajja kudibya, wabula okutuukiriza" (Matayo 5:17).

Tusobola okutambulira mu kwagala kwa Katonda mu ngeri etuukiridde kubanga tulina amateeka. Singa omuntu agamba nti ayagala Katonda, tetulina bwe tupima bungi na bugazi obw'okwagala kwe. Wabula, ekipimo ky'okwagala kye kisobola okukeberebwa kubanga tulina amateeka. Bw'aba nga ddala ayagala Katonda, ddala ajja kukuuma amateeka. Eri omuntu ng'oyo, si kizibu okukuuma Amateeka. Era, gyakoma okukuuma Amateeka obulungi, gyajja okukoma okufuna okwagala n'emikisa gya Katonda.

Naye bannamateeka mu kissera kya Yesu baali tebafa ku kwagala kwa Katonda okuli mu Mateeka. Essira tebaaliteekanga ku kukuuma omutima nga mutukuvu, wabula balissanga ku kukuuma mateeka. Baawuliranga nga bamativu era nga beenyumiriza ne mu kukuuma Amateeka kungulu. Baalowoozanga nti bakuumanga amateeka, era baayanguwanga nnyo okusalira abalala omusango n'okukolokota abo abaamenyanga amateeka. Yesu bwe yannyonnyola amakulu amatuufu agali mu Mateeka era n'asomesa ku mutima gwa Katonda, Baagamba nti Yesu yali mukyamu era yali aliko dayimooni.

Olw'okuba Abafalisaayo tebaalina kwagala, okukuuma Amateeka mu bujjuvu tekwaganyula myoyo gyabwe wadde n'akatono (1 Abakkolinso 13:1-3). Tebeggyako bubi obwali mu mitima gyabwe, wabula nga basala busazi misango n'okukolokota abalala, bwe batyo ne baba nga beesuula walala ne Katonda. Era ekyavaamu, ne bakola ekibi eky'okukomerera Omwana wa

Katonda, nga kyali tekikyasobola kukyusibwa.

Yesu Yatuukiriza Ekigendererwa ky'Omusaalaba Okutuuka Okufa

Ng'obuweereza Bwe obw'emyaka essatu bunaatera okutuuka ku nkomerero, Yesu yagenda ku lusozi olwa Zeeyituuni ng'okubonaabona kwe tekunnaba. Ekiro nga kigenderedde, Yesu n'asaba nnyo ng'omusaalaba gumwolekedde. Essaala Ye kwali okukowoola okusobola okulokola emyoyo gyonna okuyita mu musaayi Gwe ogutalina musango gwonna. Yali essaala ey'okusaba amaanyi okusobola okuwangula okubonaabona kw'oku musaalaba. Y'asaba n'amaanyi Ge gonna; ng'entuuyo Ze ziringa amatondo g'omusaayi, nga gatonnya wansi (Lukka 22:42-44).

Ekiro ekyo, Yesu yakwatibwa abasirikale era n'atwalibwa okuva mu kifo ekimu okumuzza mu kirala okubuuzibwa akana n'akataano. Era ekyavaamu ne bamusalira omusango gw'okufa ku kkooti ya Piraato. Abasirikale Abaruumi ne bamuteeka amaggwa ku mutwe, ne bamuwandulira amalusu, era ne bamukuba nga tebannamutwala mu kifo gy'anaakomererwa (Matayo 27:28-31).

Omubiri Gwe gwajjula omusaayi. Yadduulirwa era n'akubwa ekiro kyonna, era n'omubiri guno Yagenda e Gologoosa nga yeetisse omusaalaba ogw'ekiti. Ng'ekibiina ekinene bwe kimugoberera. Lumu baamuleekaanirako nti "Ozaana" naye kati baafuuka ekibiina ekireekaana nti, "Akomererwe!" Mu maaso ga Yesu mwajjula omusaayi nga takyategerekeka. Amaanyi Ge gonna ne gaggwaamu olw'obulumi obwamuteekebwako era nga kyali kizibu Ye okweyongerayo wadde ekigere ekimu.

Bwe yatuuka e Gologoosa, Yesu yakomererwa okusobola

okutununula mu bibi byaffe. Okutununula, ffe abaali baakolimirwa olw'eteeka erigamba nti empeera y'ekibi kufa (Abaruumi 6:23), Yawanikibwa ku musaalaba ogw'ekiti era n'ayiwa omusaayi Gwe gwonna. Yasonyiwa ebibi byaffe bye tukolera mu birowoozo bwe yayambala engule ey'amaggwa ku mutwe Gwe. Yakomererwa emisumaali mu mikono Gye n'ebigere okusobola okutusonyiwa ebibi bye tukola n'emikono wamu n'ebigere byaffe.

Abasirusiru abaali tebamanyi mazima gano, baadduulira Yesu n'okumunyooma bwe yali awanikiddwa ku musaalaba (Lukka 23:35-37). Wabula ne mu bulumi obungi, Yesu yasaba abo abamukomeredde basonyiyibwe nga bwe kyawandiikibwa mu Lukka 23:34, "Kitange, basonyiwe; kubanga tebamanyi kye bakola.'

Okukomererwa ku muti y'emu ku nzita esingayo obukambwe. Oyo gwe bawanise abonaabona n'obulumi okusinga ku bibonerezo ebiralala byonna. Emikono n'ebigere babikomereramu emisumaali, ennyama ne yeeyawula ku magumba. Omuntu aggwamu amazzi n'entambula y'omusaayi eccankalana. Kino ne kiviirako ebitundu eby'omunda okukola omulimu gwabyo empola ennyo. Oyo akomereddwa alina n'okubonaabona n'ebiwuka ebijja okuwunyiriza omusaayi gwe.

Olowooza Yesu yalowooza ku ki bwe yali ku musaalaba? Yali talowooza ku bulumi obuyitirivu obwali mu mubiri Gwe. Wabula yali alowooza ku nsonga lwaki Katonda yatonda abantu, amakulu g'okuteekateka abantu ku nsi kuno, n'ensonga lwaki yalina okwewaayo okutangirira ebibi by'abantu, era n'asaba okuva ku ntobo y'omutima Gwe nga yeebaza.

Nga Yesu amaze okubonaabona n'obulumi okumala essaawa mukaaga ku musaalaba, Yagamba, "Nnina ennyonta" (Yokaana 19:28). Yalina ennyonta ey'omwoyo, nga y'ennyonta ey'okuwangula emyoyo egigenda mu kkubo ery'okufa. Ng'alowooza ku myoyo egitabalika egijja okubeera ku nsi kuno gye bujja, Yali atusaba okutuusa obubaka obw'omusalaba ku bantu n'okulokola emyoyo.

Yesu ekyasembayo yagamba, "Kiwedde!" (Yokaana 19:30) era n'assa ogw'enkomerero ng'agamba nti "Kitange, nteeka omwoyo gwange mu mikono Gyo" (Lukka 23:46). Yateeka Omwoyo Ggwe mu mikono gya Katonda kubanga yali amalirizza obuvunaanyizibwa Bwe obw'okuggulawo ekkubo ery'obulokozi eri abantu bonna ng'afuuka omutango. Kye kiseera okwagala okukyasinzeeyo lwe kwatuukirizibwa.

Okuva olwo, ekisenge ky'ebibi ekyali kiyimiriddewo wakati wa Katonda naffe kyamenyebwa, era ne kitusobozesa okuwuliziganya ne Katonda butereevu. Nga ekyo tekinnabaawo, kabona omukulu yalina okuwangayo ssaddaaka ey'okusaba ekisonyiwo ku lw'abantu bonna, naye kati ekyo tekikyaliwo. Oyo yenna akkiriza mu Yesu Kristo asobola okutuuka mu yeekaalu ya Katonda entukuvu era n'asinza Katonda butereevu.

Yesu Ategeka Ebifo Eby'okubeeramu mu Ggulu n'Okwagala

Nga tannagenda ku musaalaba, Yesu yabuulira abayigirizwa Be ku bintu ebijja okubaawo. Yabagamba nti yalina okugenda ku musaalaba okutuukiriza ekigendererwa kya Kitaffe Katonda, naye abayigirizwa era ne baasigala nga bakyatidde. Kati n'abanyonnyola ku bifo eby'okubeeramu mu ggulu okubabudaabuda.

Yokaana 14:1-3 wagamba nti, "Omutima gwammwe tegweraliikiriranga, mukkirize Katonda, era nange munzikirize. Mu nnyumba ya Kitange mulimu ebifo bingi eby'okubeeramu. Singa tekiri bwe kityo, nandibagambye, kubanga ng'enda okubateekerateekera ekifo. Era oba nga ng'enda okubateekerateekera ekifo, ndikomawo nate ne mbatwala gye ndi, nze gyendi, nammwe mubeere eyo.' Eky'amazima, Yawangula okufa era n'azuukira, era n'agenda mu Ggulu abantu bangi nga bamulaba. Kyali bwe kityo kimusobozese okututegekera ebifo eby'okubeeramu. Kati, olwo kitegeeza ki 'ng'enda okubateekerateekera ekifo?

1 Yokaana 2:2 wagamba, "...n'oyo gwe mutango olw'ebibi byaffe, so si lwa bibi byaffe fekka, era naye n'olw'ensi zonna.' Nga bwe kyawandiikibwa, kitegeeza nti omuntu yenna asobola okufuna Eggulu n'okukkiriza, kubanga Yesu yamenyawo ekisenge ky'ebibi wakati waffe ne Katonda.

Era, Yesu yagamba, "Mu nnyumba ya Kitange mulimu ebifo bingi eby'okubeeramu," era kitulaga nti Ayagala buli omu afune obulokozi. Teyagamba nti mu 'ggulu' eriyo ebifo bingi eby'okubeeramu wabula yagamba nti 'Mu nnyumba ya Kitanga', kubanga tusobola okuyita Katonda, 'Aba, kitaffe' okuyita mu mulimu gw'omusaayi gwa Yesu ogw'omuwendo.

Mukama era akyegayirira ku lwaffe obutakoma. Annyiikira okusaba mu maaso g'entebe ya Katonda nga talya wadde okunywa (Matayo 26:29). Asaba tusobole okuvaayo ng'abawanguzi mu kuteekateeka abantu ku nsi kuno era alage ekitiibwa kya Katonda ng'akulaakulanya emyoyo gyaffe.

Era, Omusango gw'oku Namulondo Ennene Enjeru bwe kulibaawo oluvannyuma lw'okuteekateeka abantu, Ajja kugira akyakola naffe. Mu kibangiriza awanaawulirizibwa omusango buli omu ajja kusalirwa omusango awatali nsobi yonna erikolebwa mu kintu kyonna omuntu kyakoze. Naye Mukama yajja okuba omuwolereza w'abaana ba Katonda era yeegayirire ng'agamba, "N'ayoza ebibi byabwe n'omusaayi Gwange," basobole okufuna ebifo eby'okubeeramu ebisingako n'empeera mu ggulu. Olw'okuba yakka ku nsi kuno era ne yeerabirako ebyo byonna abantu bye bayitamu, Ajja kwogerera abantu ng'alina omuwolereza. Okwagala kwa Kristo kuno tuyinza kukutegeera tutya mu bujjuvu?

Katonda atuganya okutegeera okwagala Kwe gye tuli okuyita mu mwana We omu yekka Yesu Kristo. Okwagala kuno kwe kwagala okwatuusa Yesu obutalowooza ku musaayi gwe yali agenda okuyiwa okumuggwaamu ku lwaffe. Tekuliiko bukwakkulizo era kwe kwagala okutakyukakyuka nga kuno asobola okusonyiwa emirundi nsanvu emirundi nsanvu. Ani ayinza okutwawukanya ku kwagala kuno?

Mu Baruumi 8:38-39, omutume Pawulo alangirira nti, "Kubanga ntegeeredde ddala nga newakubadde obulamu, newakubadde bamalayika, newakubadde abafuga, newakubadde ebiriwo, newakubadde ebigenda okubaawo, newakubadde amaanyi, newakubadde obugulumivu, newakubadde okugenda wansi,newakubadde ekitonde kyonna ekirala, tebiiyinzenga kutwawukanya na kwagala kwa Katonda okuli mu Kristo Yesu Mukama waffe.'

Omutume Pawulo yategeera okwagala kwa Katonda kuno n'okwagala kwa Kristo, era n'awaayo obulamu bwe bwonna okugondera okwagala kwa Katonda n'okutambula ng'omutume.

Era, teyabalirira bulamu bwe ng'abuulira enjiri eri Abamawanga. Yatambulira mu kwagala kwa Katonda ekyaleetera emyoyo egitabalika okudda eri ekkubo ery'obulokozi.

Wadde yali ayitibwa omukulembeze 'w'ekiwaayi ky'aba Nazarene', Pawulo yawaayo obulamu bwe bwonna ng'omubuulizi. Yasaasaanya eri ensi yonna okwagala kwa Katonda n'okwagala kwa Mukama okwo okw'ebuziba era okunene okusinga ekigero kyonna. Nsaba mu linnya lya Mukama nti mujja kufuuka abaana ba Katonda abatuufu abatuukiriza Amateeka n'okwagala era olubeerera mubeere mu kifo ekisingayo obulungi mu Ggulu nga ye Yerusaalemi Empya, nga mugabana okwagala kwa Katonda n'okwagala kwa Mukama wamu.

Ebifa ku Muwandiisi:
Dr. Jaerock Lee

Dr. Jaerock Lee Yazaalibwa Muan, ekisangibwa mu ssaza lye Jeonnam, mu Nsi ye Korea, mu mwaka gwa 1943. Ng'ali mu myaka amakumi abiri, Dr. Lee yabonaabona n'endwadde nnyingi ez'olukonvuba okumala emyaka musanvu era ng'alinda bulinzi kufa awatali ssuubi lya kuwona. Wabula lumu mu biseera eby'omusana mu mwaka gwa 1974, yatwalibwa mwannyina mu kanisa era bwe yafukamira wansi okusaba, amangu ago Katonda Omulamu n'amuwonya endwadde ze zonna.

Okuva Dr. Lee bwe yasisinkana Katonda Omulamu okuyita mu ngeri ennungi bw'etyo, ayagadde Katonda n'omutima gwe gwonna era n'amazima, era mu mwaka gwa 1978 yayitibwa okuba omuweereza wa Katonda. Yasaba n'amaanyi ge gonna asobole okutegeera obulungi okwagala kwa Katonda, alyoke akutuukirize mu bujjuvu era agondere Ebigambo bya Katonda byonna. Mu 1982, yatandika ekanisa eyitibwa Manmin Central Church esangibwa mu kibuga Seoul, eky'omu nsi ye Korea, era eby'amagero bya Katonda ebitabalika, omuli okuwonya okw'ebyamagero bizze bibeerawo mu kanisa ye.

Mu 1986, Dr. Lee yatikkirwa ku mukolo Annual Assembly of Jesus ogwali mu Sungkyul Church of Korea, n'afuuka omusumba era oluvanyuma lw'emyaka ena mu mwaka gwa 1990, obubaka bwe bwatandika okuzanyibwa ku butambi mu nsi ya Australia, Russia, Philippines, n'ensi endala nnyingi ku mikutu nga Far East Broadcasting Company, Asia Broadcast Station, ne Washington Christian Radio System.

Nga wayise emyaka essatu mu 1993, Manmin Central Church yalondebwa okuba "emu ku kanisa 50 ezikulembedde mu nsi yonna" nga bino byafulumizibwa aba Christian World magazine (ng'efulumira mu Amerika) era n'afuna ekitiibwa ky'obwa Dokita mu By'eddiini okuva mu ttendekero eriyitibwa Christian Faith College, eky'omu kibuga Florida, ekisangibwa mu Amerika, era mu 1996 yaweebwa eky'obwa ssabakenkufu mu ttendekero lye Kingsway Theological Seminary, eky'omu kibuga Iowa, mu Amerika.

Okuva omwaka gwa 1993, Dr. Lee akulembeddemu okutambuza enjiri mu nsi yonna okuyita mu kuluseedi ennyingi z'akubye emitala w'amayanja nga kuluseedi eyali e Tanzania, Argentina, L.A., Baltimore City, Hawaii, ne New York City eky'omu Amerika, Uganda, Japan, Pakistan, Kenya, Philippines, Honduras, India, Russia, Germany, Peru, Democratic Republic of the Congo, Israel, ne Estonia. Mu 2002 empapula ez'amaanyi mu Korea z'amuyitanga "omusumba ow'ensi yonna" olw'emirimu gye mu nsi ez'enjawulo gye yakubanga Kuluseedi ennene ennyo.

Mu mwezi gw'okuna omwaka gwa 2016, Manmin Central Church ebadde eweza ba memba abassuka mu 120,000. So nga erina amatabi g'ekanisa amalala 10,000 agali mu Korea n'emu nsi endala, era n'aba minsani 129 beebakasindikibwa mu nsi 23, omuli ne Amerika, Russia, Germany, Canada, Japan, China, France, India, Kenya, n'endala nnyingi.

Ekitabo kino w'ekifulumidde, Dr. Lee abadde awandiise ebitabo ebirala 84, omuli ebisinze okutunda nga Okuloza ku Bulamu Obutaggwaawo nga si n'afa, Obulamu Bwange, Okukkiriza Kwanga I & II, Obubaka Bw'Omusalaba, Ekigera Okukkiriza, Eggulu I & II, Ggeyeena, ne Amaanyi ga Katonda. Ebitabo bye bikyusiddwa okudda mu nnimi ezissuka mu 75.

Waliwo obubaka bwe obuwandiikibwa mu miko gye mpapula z'amawulire ng'olwa The Hankook Ilbo, The JoongAng Daily, The Dong-A Ilbo, The Munhwa Ilbo, The Seoul Shinmun, The Kyunghyang Shinmun, The Korea Economic Daily, The Korea Herald, The Shisa News, ne The Christian Press.

Dr. Lee kati akola ng'omukulembeze w'ebitongole by'obu misani bingi saako ebibiina: nga ye Sentebe wa, The United Holiness Church of Jesus Christ; Ye Pulezidenti wa, Manmin World Mission; Permanent President, The World Christianity Revival Mission Association; Ye yatandika era ali ku bboodi ya, Global Christian Network (GCN); Mutandisi era ye Ssentebe wa Bboodi ya, World Christian Doctors Network (WCDN); era ye yatandika era ye sentebe wa Bboodi ya, Manmin International Seminary (MIS).

Ebitabo ebirala Eby'amaanyi eby'omuwandiisi y'omu

Eggulu I & II

Ekifaananyi ekiraga ekifo ekirungi ennyo abatuuze b'omu ggulu mwe babeera n'ennyinyonyola ennungi ey'emitendera egy'enjawulo egy'obwakabaka obw'omu ggulu

---

Obubaka Bw'Omusalaba

Obubaka obw'amaanyi obw'okuzuukusa abantu bonna ab'ebase mu mwoyo! Mu kitabo kino ojja kusangamu ensonga lwaki Yesu ye Mulokozi yekka n'okwagala okutuufu okwa Katonda.

Ggeyeena

Obubaka obw'amazima eri abantu bonna okuva eri Katonda, oyo atayagala wadde omwoyo ogumu okugwa mu bunnya bwa ggeyeena! Mujja kuzuula ebyo ebitayogerwangako ku bukambwe ate nga bwa ddala obuli mu magombe aga wansi aga geyeena.

Okuloza ku Bulamu Obutaggwaawo nga si n'afa

Obujjulizi bwa Dr. Jaerock Lee, eyazaalibwa omulundi ogw'okubiri era n'alokolebwa okuva mu kiwonvu eky'ekisiikirize eky'okufa era abadde atambulira mu bulamu bw'ekikristaayo obw'okulabirako

Zuukusa Isiraeri

Lwaki Katonda amaaso ge agakuumidde ku Isiraeri okuva olubereberye lw'ensi eno okutuuka leero? Alina nteekateeka ki gyategekedde Isiraeri mu nnaku ez'oluvannyuma, ezirindirwamu Omununuzi?

Obulamu Bwange, Okukkiriza Kwange I & II

Evvumbe ery'omwoyo erisingayo obulungi erigiddwa mu bulamu obwameruka n'okwagala kwa Katonda okutatuukika, wakati mu mayengo g'ekizikiza, n'enjegere ezinyogoga saako obulumi obutagambika

Amaanyi ga Katonda

Kye kitabo ky'olina okusoma nga kikola ng'ekirung'amya eky'omugaso omuntu mwayinza okuyita okufuna okukkiriza okwa ddala n'okulaba amaanyi ga Katonda

www.urimbooks.com

www.ingramcontent.com/pod-product-compliance
Lightning Source LLC
LaVergne TN
LVHW010204070526
838199LV00062B/4493